மறுபடி மழையென

காஞ்சனா ஜெயதிலகர்

notionpress.com

INDIA • SINGAPORE • MALAYSIA

Copyright © Kanchana Jeyathilagar 2023
All Rights Reserved.

ISBN 979-8-88935-884-8

This book has been published with all efforts taken to make the material error-free after the consent of the author. However, the author and the publisher do not assume and hereby disclaim any liability to any party for any loss, damage, or disruption caused by errors or omissions, whether such errors or omissions result from negligence, accident, or any other cause.

While every effort has been made to avoid any mistake or omission, this publication is being sold on the condition and understanding that neither the author nor the publishers or printers would be liable in any manner to any person by reason of any mistake or omission in this publication or for any action taken or omitted to be taken or advice rendered or accepted on the basis of this work. For any defect in printing or binding the publishers will be liable only to replace the defective copy by another copy of this work then available.

நூலாசிரியர் குறிப்பு:

திருநெல்வேலி மாவட்டத்தைச் சேர்ந்த காஞ்சனா ஜெயதிலகர், ஆங்கில இலக்கியம் பயின்றவர். தமிழ்ச் சிற்றிதழ்களில் தன் எழுத்துப் பயணத்தைத் தொடங்கிய இவர், விரைவிலேயே வெகுஜனப் பத்திரிகைகளிலும் தனது தளத்தை விரிவாக்கினார். இதுவரை 3,000 சிறுகதைகள், 70 நாவல்கள் எழுதியிருக்கிறார்.

அத்தியாயம் 1

அந்த இக்கட்டிலும் வைபவிக்குச் சிரிப்பு வந்தது. சக ஊழியர்கள் பேச்சைத் தொடர்ந்து ஒட்டுக் கேட்க விரும்பாமல், கால்கள் விலக தவித்தாலும் அவளது புத்தி 'விவரத்தை முழுசாய் கேட்டுட்டு போ' என்று அறிவுறுத்தியது! தன்னைப் பற்றி தான் அறியாததையா, இவர்கள் சொல்லி அறிய வேணும் என்று மனம் சலித்தாலும், இறுகி நின்றாள்.

தான் இல்லாத இடத்தில் தன்னைப் பற்றி இப்படிப் பேச அவர்களுக்கு இருக்கும் உரிமை, தனக்குக் கேட்பதில் இருக்க வேண்டாமா... என்று விவாதம் வேறு மனதுள்! முக்கால் மணி நேர ஸ்கூட்டி பயணத்தில் வியர்த்து, அந்த ஈரத்தில், தெருவின் புழுதியோடு வாகனப் புகையும் படிந்த முகத்தை ஃபேஸ்-வாஷ் இட்டு கழுவி, லேசான ஒப்பனை சேர்த்த பிறகே அவள் கடையின் விற்பனைப் பகுதிக்கு வருவது - அப்படி வருவதுதான் நியாயம் - அத்தனைக்கு அலங்காரமான விற்பனைக் கூடம் அது. அங்கே விற்பனைக்கு இருப்பவையும் அலங்காரப் பொருட்களும் ஓவியங்களும்தான்.

பத்தாயிரத்திற்குக் குறைவான விலையில் அங்கு ஓவியங்கள் கிடையாது... விசாலமானவையின் விலை லட்சங்களில்! 'Fancy Frames' (ஃபேன்ஸி ஃப்ரேம்ஸ்) பல திறமையான ஓவியர்களின் கைவேலையை அதற்கேற்ற தரத்தில் சட்டமிட்டு விற்கும் கடை. சில வாரங்களுக்கு முன்பு இவள் தான் வரைந்த சில கேன்வாஸ் சுருள்களுடன் இக்கடையுள் ஏறவே பயந்தாள். வெயிலில் வாடி, வதங்கிய கோலத்தில், இத்தனை உயர் ரக கடையின் படியேற கூசியது.

வழக்கமாய் தன் ஓவியங்களைச் சட்டமிட கொண்டு செல்லும் இஸ்மாயில்தான் சொன்னார் - "நல்ல தரமான வேலைம்மா, உன்னுது - உயர் விலைக்கு போவுமே...? வித்தைக்கு ஏத்த விலை

வரணும்" என்று வழிகாட்டியதுதான் இந்த இடம். பெயருடன் அதனுடைய இடத்தை அவர் விளக்க முற்பட- "தெரியுங்க - அது பெரிய கடை..." என்று முணுமுணுத்தாள்.

"பொருளைப் போல, அங்க விற்பவங்களும் தரமானவங்கதான். மிஸ்ரா சாருக்கு எம்பேரை பரிச்சயமுண்டும்மா. போய், இதெல்லாம் காட்டும்மா... நல்லது நடக்கும்." என்றதை நம்பி கடையைத் தேடி வந்தாள். வெயிலில் வறுபட்டவளை கடைக்குள் அடைபட்டிருந்த குளிர் மிரட்டியது. சென்னையின் வெக்கை, தூசு, நகர்மையத்தின் இரைச்சலைக்கூட கடையின் அமைப்பு வெளியே நிறுத்தி வைத்திருக்க, படபடப்புடன்தான் நுழைந்தாள். விசாலமான சுவர்களில் எங்கும் வசீகர ஓவியங்கள். மேலும் நூற்றுக்கணக்கானவை சாய்வாய் அடுக்கப்பட்டிருந்தன.

அங்கும் இங்குமாய் பார்வையிட்டுக்கொண்டிருந்த மேல் வர்க்க வாடிக்கையாளருக்கு ஏற்ற வகையில் கூடவே சில விற்பனையாளர்கள் நின்றார்கள். வலது புறமாய் வரிசையாய் மாட்டப்பட்ட கடவுள் படங்கள்... அவற்றின் மலர் சர வாசனையின் கீழே இருந்தவரை தயக்கத்துடன் அணுகினாள். வணங்கி, தன்னை அறிமுகப்படுத்திக் கொண்டவளுக்குச் சின்ன தலையசைப்பே கிடைத்தது. அறுபதுகளில் இருந்தவரின் மெல்லிய உதட்டில் புன்னகையின் சாயலுமில்லை.

'அதுக்கெல்லாம் ஒரு முகராசி வேணும்டி பொண்ணே' என்று சித்தி சொல்வது உள்ளே உறுத்தலாய் கேட்டது. அதிக உயரமும், நிறம் மட்டாகவும் இருக்கும் தான் உடுத்துவதிலேனும் பிரத்தியேக கவனம் எடுத்திருக்கலாம் - மற்ற 25 வயது பெண்களுக்கு இத்தனை மோசமான வரவேற்பு இராது.

பளிச்சென்ற தோற்றத்தில் கொஞ்சிப் பேசினால் - 'உட்காரும்மா... என்ன விஷயம்?' என்று பேச்சு வளர்ந்திருக்கும்! தன் 'விசிட்டிங் கார்ட்'டான தன் ஓவியங்களை எடுத்தாள். சுருட்டி வைத்திருந்தவற்றை, மடங்கிய குழந்தையின் உள்ளங்கையை விரிக்கும் கவனத்துடன் இவள் பிரித்துக் காட்ட, மிஸ்ராவின் கண்கள் கூர்மையாயின. மெல்லிய கூர் மூக்கின் நுனியிலிருந்த கண்ணாடியை மேலேற்றி பார்த்தார். வலது கை, இவள் கையிலிருந்ததை வாங்கிக்கொள்ள, மறுகை இவளை

அமரச் சொன்னது. அரை லிட்டர் தண்ணீர் பாட்டிலை இவள் புறமாய் நகர்த்தியவர், ஒரு கணம் நிமிர்ந்து யாரையோ பார்த்தார்.

"ஆர்ட், முறையாய் பட்சதா, இல்லை பழகிட்டதா?" உருது சாயலுடனிருந்த தமிழில் விசாரித்தார்.

"ஆர்வமிருந்ததால் காலேஜில் ஆர்ட் கோர்ஸ் சேர்ந்தேன் சார்." மற்ற படங்களிலும் அவர் பார்வை ஆர்வமானது. அவரின் சமிக்ஞையால் பரிமாறப்பட்ட, கரும்புச் சாறு இனிப்பாய் வைபவியினுள் இறங்கியது. பார்த்த நான்கு ஓவியங்களையும் சுருட்டி தன் மேஜை இழுப்பறையுள் மிஸ்ரா வைத்துக்கொள்ள, பதற்றம் இவள் முகத்தில் தெரிந்தது போலும். பல நாட்களின் உழைப்பல்லவா அவை?

"வேற பெயின்டிங்க்ஸ் இருந்தால் நாளை எடுத்து வா... அட்வான்ஸ் ஏதும் ஒணுமா?" தயக்கமாய் ஒத்துக்கொண்டாள்.

"பேரென்னா?" தானே தயாரித்த தன் அறிமுக அட்டை ஒன்றை அவரிடம் நீட்ட,

"குட் ஐடியா" என்ற பாராட்டு வந்தது. நயமான 50 அட்டைத் துண்டுகளைத் தங்கள் சாப்பாட்டு மேஜையில் பரப்பி, ஒரே தாளில் சிறுசிறு படங்களுடன், தன் பெயர், மொபைல் எண்ணைக் குறித்திருந்தாள். முதுகு நொந்தாலும், அவை அவளைச் சரியாய் அறிமுகப்படுத்தின. ஆனால், பணம் பற்றிய பேச்சே இல்லையே? பசித்தவன் கணக்குப் பார்க்க முடியாதுதான்... ஆனால், வரும் நாட்களிலும் பசிக்குமே! இவளைப் போல கோகிலா சித்தி பசிக்குச் சாப்பிட மறுத்துவிடுவாள்.

'வேறென்ன சுகத்தக் கண்டேன்? வாயில வைக்க முடியாத இந்தச் சாப்பாட்டைச் சாப்பிடணும்னு என்ன தலையெழுத்து?' சீறுவாள்.

"நாளைக்கு இதே நேரம் வரட்டுமா சார்...? நீங்க இருப்பீங்கல்ல?"

"காலை பதினோர் மணிக்கு வந்திடு. விக்கற படத்துல உனக்கு நல்ல பர்சென்ட் தர்வோம்...'

ஆனால், இந்த சமுத்திரத்தில் இவளது கிளிஞ்சல்கள் எப்போது பொறுக்கப்படும்?

ஆனால், பிரபல கடையில் இந்தளவிற்கு ஆதரவு கிடைத்ததே பெரிது. நன்றி தெரிவித்துவிட்டு கிளம்பினாள். மனம் கடவுளுக்கும் நன்றி சொன்னது.

வாடகையின்றி தங்குவதற்கு வீடு கிடைத்ததும் இப்படித்தான் இவள் கேன்வாஸ், வர்ணங்கள் வாங்கும் கடைகாரரின் சிபாரிசு அது.

"நேர்மையான பொண்ணுங்க. இதுவரை கடன் சொன்னதில்ல. ஏன்... பேச்சும்கூட அதிகமிராது. பொறுப்பாய் இருப்பாங்க" என்று யாரோ ஒருவரிடம் தன்னை கடைக்காரர் அறிமுகப்படுத்தியபோது சற்று விறைப்பாகவே நின்றாள் வைபவி. ஆனால், அதற்கான காரணம் தெரிய, மனம் நெகிழ்ந்து போனது.

"சாருக்கு தனி வீடு இருக்குதும்மா பீச் பக்கம். சுற்று சுவர் இருந்தாலும் ஆளில்லாத வீடென தெரிஞ்சு, ஏறி குதிச்சு, தோட்டத்துல குடிச்சு, படுத்துட்டு, மறுநாள் குளிச்சுட்டுக்கூட சிலரு போறாங்க. காலி ட்ரிங்க்ஸ் பாட்டிலு, குப்பைன்னு வீடு நாஸ்தியாவுது. நம்பிக்கையான ஒரு குடும்பம் தங்கினா நல்லதுன்னு சொன்னாரு... நீயும் சித்தியம்மாவுந்தான்... தைரியமா இருந்திடுவீங்களா?"

ஒரு வாரம் வீட்டுக் காவலுக்கு ஆள் நியமித்து இவர்களும் புழங்கக் கண்டதில், இடம் பாதுகாப்பானது. தேங்காய், கீரை, பழங்கள் என்று உபரி வசதிகளைத் தந்த வீடு. சென்னையின் மையத்திற்கு வந்து போவது சிரமந்தான். ஆனால், கடற்கரை காற்றுடன் நாகரிகமான வீடு, தோட்டத்து அமைதியுடன் வாடகையின்றி கிடைப்பது வரமல்லவா? அந்த வீட்டைத் தான் முதலில் போய் பார்த்த வைபவி. பெரும் மகிழ்வுடன் அதுபற்றி, சொல்ல சித்தியிடம் வந்தாள். வேறு யாரும்தான் அவளுக்கு இல்லையே.

இவளைச் சந்திக்க பிரியப்பட்ட வீட்டின் உரிமையாளரின் மனைவி தந்த பலகாரப் பையுடன், கூந்தலில் செருகிவிட்ட ஒரு முழு மல்லிகையுடன் மூன்றாம் மாடியில் பொந்து போலிருந்த அவர்கள் வாடகைக் கூட்டிற்குள் அத்தனை ஆனந்தமாய் வந்தவள் - "குட் நியூஸ் சித்தி... கேட்டா ரொம்ப

மறுபடி மழையென

குஷியாயிடுவீங்க" - என்று சொல்ல, கோகிலாவின் முகம் சுருங்கியது. முகத்தின் சிடுசிடுப்பு இளையவளின் சேதியைக் கேட்டதும் இளகியது.

"ஓ... இதுதானா - நா வேறேதுவுமோன்னு பயந்து... திகைச்சுட்டேன்."

"வேறென்ன?"

"உனக்கு மாப்பிள்ளை தேடிட்டயோன்னுதான்! ஆனா, அதொன்னும் அவ்ளோ சுலபமில்லியே? உங்கப்பா உன்னை, 'குச்சி குச்சி ராக்கம்மா'ன்னுதானே கொஞ்சுவாரு? இங்கயுள்ள சராசரி ஆம்பிளகளை விட நீ உயரம்... லேசுல ஜோடி சேருமா?" சித்தியின் கிண்டலில் இளையவளின் மனம் சுருண்டது. ஐந்தடி ஆறங்குலம் என்பது அப்படியொன்றும் அசாதாரண உயரமில்லையே...? வீட்டில் வேலை, வெளியே அலைச்சல் என்பதால் மெலிவு அதிகம்தான் - அதனால் மேலும் வளர்த்தியாய் தோன்றுகிறோமோ?

இது தன்னிடம் மட்டுமல்ல, பிறர் முன்னேயும் சித்தி சொல்லுவதுதான். இப்படியான சித்தியின் வார்த்தை விரட்டலில் பறந்து போனவன்தானே பரத்? ஓவியக் கண்காட்சி ஒன்றில்தான் பரத்தை இவள் சந்தித்தது. 'ஒரு ஓவியமே ஓவியம் வரையக் கூடுமா?' என்ற பாணியில் இவளைப் பாராட்டி பதினைந்தாயிரத்திற்கு வைபவியின் கைவண்ணத்தை வாங்கிக்கொண்டதில் ஆரம்பித்த பழக்கம், இரண்டு முறை பரத் இவள் வீட்டிற்கு வந்து சித்தியுடன் பேசியபின் கருகிப் போனது. அது பற்றி அதிகம் யோசிப்பதில்லை இளையவள்... புத்தியைக் கசக்க கசக்க, கசப்புதானே மிஞ்சும்? ஆனால், இப்போது உடன் பணியாற்றுபவர்களின் பேச்சைக் 'கேட்ட' பிறகு, தான் தன் மூளையைப் பயன்படுத்தாத முட்டாள்தானோ என்ற நெருடல்... வைபவிக்கு.

உரிமையாளர் மிஸ்ரா சொன்னது போல மறுநாள் முன் மதியம் மறுபடி அந்தக் கடைக்குள் வந்தபோது தன் தோற்றத்திற்கு ஓரளவு கவனம் தந்திருந்தாள். ஆனால், கோகிலா சித்தி பார்த்த விதத்தில் கூசியதும்தான்.

"எங்க கிளம்பிட்ட?" தொனி குத்தியது. விவரம் சொன்னாள்.

"ஆக, இன்னைக்கு நீ தந்துட்டு வந்த நாலு படத்துக்கும் காசு வருமல்ல?"

"அப்படி எதிர்பார்க்க முடியாது சித்தி - கடல் மாதிரியான கடை... அதில் என்னுடையதைப் பார்த்து யாரும் வாங்கினால்தானே?"

அவற்றை மிஸ்ரா தன் மேஜைக்குள் அல்லவா திணித்தார்?

"அப்ப ஏன் உன்னை மறுநாளே வரச் சொன்னார், அந்த வடக்கத்திய ஆளு? வயசானவர்னே?"

"ம்ம்... அறுபதுக்கு மேலே."

"எவனையும் நம்ப முடியாது" - இது பாதி தனக்கும் மீதி எதிரே நின்றவளுக்குமாய் முணுமுணுக்கப்பட்டது.

தனக்கு இரு 'சாண்ட்விச்' தயாரித்து முடித்த வைபவி, தன் இளம் நீல உடைக்கு சிறு முத்துமாலை சேர்க்கலாமா என்ற யோசனையை உடனே கைவிட்டாள்.

"இந்தக் காலத்தில் மட்டும் ஆம்பிள மோசம்ன மாட்டேன் - எந்தக் காலத்திலேயுந்தான்..." சித்தியின் புலம்பல் எதை நோக்கி நகருகிறது என்பது புரிபட, அவசரமாய் பையைத் தோளிலிட்டுக் கொண்டாள்.

"வயசாயிட்டா சபலம், ஜாஸ்தியாயிடும் - எந்த வயசுப் பெட்டையையும் விடாதுங்க."

முணங்கல் தொடர்ந்தது. உடனே தான் அங்கிருந்து விலக வேண்டும் - இல்லை தன் காட்டமான பதிலில் நிலமை மேலும் எரியும் என்ற பதற்றம் இளையவளுக்குள்.

சித்தி குத்துவது தன் கணவரை - அதாவது மனைவி இறந்தபின் இரண்டாம் தாரமாய் தன்னை மணந்த வைபவியின் தகப்பனை - எப்படி, எதற்காக அத்திருமணம் நடந்தது என்றறிந்த இவளுக்கு இந்த நாடகம் பொறுக்கவில்லை.

'வரேன்' என்றுகூட இல்லாமல் உதடுகளை இறுக்கியபடி கிளம்பினாள். ஆனால், கடைக்குப் போய் சேர்ந்ததும் சில நிமிடங்களில் தன்னிடம் தரப்பட்ட கனத்த உறை அவளை உலுக்கிவிட்டது! அதுவும் மிஸ்ரா அதைத் தந்த விதம் நிச்சயம்

கலவரப்படுத்தியது! பிறர் பார்வையில் படாதபடி அவர் கையால் மூடி, மேஜையோடு சேர்த்து நகர்த்தினார் அதை!

"இதை உள்ளே வைம்மா - பிறகு பார்" - சன்னக் குரலுடன், அவர் கண்ணும் அதே சேதியைச் சொல்ல, கவரை அவசரமாய் தன் பையுள் திணித்தாள்.

"உக்கார்ம்மா..." மறுபடி தண்ணீர் பாட்டிலும் வெண்மையான ஒரு பானமும் நீட்டப்பட, அவை அவளது உலர்ந்த உதட்டுக்கு, உள்ளத்திற்கு வேண்டியிருந்தன.

"இங்க வேலைக்கு... அதாவது ஆர்ட் தெர்ஞ்ச அசிஸ்டென்ட் தேவை - சில கஸ்டமர்ஸ் கேட்பது இங்க மத்தவங்களுக்குப் புரியாது - நீ புரிஞ்சு, அதுக்கேற்றது போல தயார் செய்தும் தர்லாம்.

வேலைக்கு வர முடியுமா? ரெகுலர் டைமிங் - லெவன் டு செவன்." அச்சத்துடன் அவர் முகத்தை ஆராய்ந்தாள். கேட்ட கண்களில் கள்ளமில்லை - அதீத எதிர்பார்புமில்லை.

"சார்... தாங்க்ஸ்... ஆனா..."

"உன் சம்பளம் ஃபார்ட்டி கே. அது போக உன் படங்களுக்கு நல்ல கமிஷன் வரும். லஞ்ச் இங்கியே தர்வோம் - என்ன?" இப்போது இவர் தந்த கவரில் இருந்தது பணம்தான் அதன் கனம் அதில் பத்தாயிரமேனும் இருக்கும் என்றது. அடுத்தபடியாய் நல்ல சம்பளத்துடன் நிலையான வேலை! அவ்வப்போது கோகிலா சித்தி முணங்குவது போல, தனக்குமே 'தலை கிறுகிறு'த்ததோ? இந்த வாய்ப்பை நழுவவிட்டால் தான் முட்டாள் என்பதில் சந்தேகமில்லை. எழுந்து நின்று கைகுவித்து ஏற்றுக்கொண்டாள் "தாங்க்யூ சார்."

மிஸ்ராவின் கண்களில் நிச்சயம் ஒரு நிம்மதி ஓடியது. ஆனால், இன்று இங்கே வேலையிலிருக்கும் சக பெண்களின் பேச்சிலிருந்து, தன் புத்திசாலித்தனத்தின் மேல் வைபவிக்குப் பெரும் சந்தேகம் எழுந்தது.

———◦◦———

அத்தியாயம் 2

'முயற்சியும் வாய்ப்பும் சந்திக்கும்போது, அவற்றை அதிர்ஷ்டம் இணைத்து வைக்கும்' என்ற எமர்சனின் கருத்துக் கணிப்பை இவள் நம்பாமலில்லை, ஆனால், அந்த அதிர்ஷ்டம் எப்போது வருமென்று காத்திருக்கவுமில்லை! வழக்கமாய் தான் வரும் பழக்கடைக்கு வந்து நின்றாள். அங்கு பழரசத்தின் விலை சகாயம். ஆனால், கூட்டம் குமைந்தது. இங்கே வைத்து மிஸ்ரா தந்த கவரைத் திறந்து, எண்ணிவிட முடியாது - அத்தொகையை அறியும் ஆர்வம் உள்ளே குறுகுறுத்தது.

கூட்டம் அதிகமற்ற இடத்தில் விலை அதிகமாய் இருக்குமே என்ற யோசனையுடன் 'ப' வடிவில் வரிசையிட்டிருந்த கடைகளைப் பார்த்தபடி நடந்தாள் - அந்த நாற்பது வருஷப் பழையதான பிளாஸாவின் சந்துகளில் சில சிறிய கடைகள் வெறிச்சிட்டன. பல்லில் படிந்த காரை கறுப்புக் கட்டியது போன்ற குழல் விளக்குகளின் சோகை வெளிச்சம். அங்கிருந்த சிறு கடை ஒன்றினுள் எட்டிப் பார்த்தாள் வைபவி.

"கம் இன் மேம் - ட்ரெண்டி குர்த்தீஸ் வந்திருக்குது." அக்கடைக்கென்றே செய்தது போலிருந்த நறுங்கலான விற்பனைப் பெண் முணங்கலாய் வரவேற்றாள். அவளைத் தவிர உள்ளே யாருமில்லை.

"என் ஹைட்டிற்கு ஏற்றது போலுண்டா? சிம்ப்பிளான குர்த்தி?"

"இருக்கு மேம்."

விற்பனைப் பெண் அலமாரிகளைக் குடைய, வைபவி தன் கைப்பையிலிருந்த உறையை எடுத்தாள். உள்ளிருப்பது பணம்தான்... வேறென்ன? ஐந்து... பத்தாயிரம் இருக்குமோ - கனம் அப்படி. ஒட்டப்பட்டிருந்ததைப் பிரித்து, பார்த்தவளின் விழிகள் விரிந்தன. புது இருநூறு ரூபாய்க்களின் கட்டு

ஒன்றிருந்தது. படபடவென்று அதைக் கணக்கிட்டாள்... ஏறக்குறை நூறு நோட்டுக்கள் - இருபதாயிரமா?

இவள் மிஸ்ராவிடம் தந்த அளவுள்ள ஓவியங்கள், சட்டமிடப்படாதவை. அப்படி தயார் செய்து விற்றாலுமே ஒன்றிற்குச் சராசரியாய் ஐந்தாயிரம் வந்தால் சந்தோஷம்... ஆனால், நான்கையும் ஒருசேர விற்கும் சாத்தியமிராது. ஆக இந்தத் தொகை, இதோடு சேர்ந்து வந்த வேலையை எப்படி எடுத்துக்கொள்வது? அதை வெறுமே அதிர்ஷ்டம் என்று விடமுடியவில்லை.

"லேட்டஸ்ட் டிசைன்ஸ் மேம். உங்க உயரத்துக்கு செட் ஆவும்" என்றபடி விற்பனைப் பெண் தன் முன் அடுக்கியவற்றில் சுவாரஸ்யமின்றி பார்வை ஓட்டியவளின் கவனத்தை, ஒரு தளிர் பச்சை குர்த்தி இழுத்தது. தன் உடல் அமைப்பிற்கு அது பொருந்தும் எனத் தோன்ற, தன்மேல் வைத்து பார்க்க, திருப்தி தந்தது.

வெள்ளை மஸ்லினில் இவள் வரைந்த பெரிய இலைகளும் பொடிப் பூக்களுமான துப்பட்டாவிற்கு ஏற்ற குர்த்தி இது. தவிர வைபவி உடைகள் வாங்கி வெகுகாலமாகி விட்டது. இனி, தினசரி வேலைக்குப் போக வேண்டுமெனில், சிலது தேவை... இப்படி நீண்ட யோசனையில் திடுமென ஒரு உலுக்கல்... ஆக - 'நீ இங்கு வருபோது, சற்று நல்லபடி உடுத்தி வரவேணும்' என்பதற்கான சூசக குறிப்புத்தானோ இந்த முன்பணம்?

"ஒண்ணு போட்டு பாருங்க மேடம் - மற்றதும் இதே அளவுதான். அப்படியே சின்ன ஆல்ட்ரேஷன் தேவைன்னா பக்கத்திலேயே டெய்லர் இருக்காரு - இரண்டு கடை தள்ளி."

விற்பனைப் பெண் கெஞ்சலாய் சொன்னாள். பெட்டி அளவிலிருந்த 'ட்ரயல்' அறையுள் போய் தன் உடை மேலேயே புதியதைப் போட்டுப் பார்த்தவளுக்கு ஆச்சயர்மாய் இருந்தது. அத்தனைக்குக் கச்சிதமாய் இருந்தது உடை... தவிர, அந்நிறம் இவள் தோற்றத்தை நிச்சயம் மெருகேற்றியது... யோசனையுடன் தன் மோவாயின் மச்சத்தை நீவினாள். போட்டதை கழற்றியபடி வெளியே வந்தவளின் கண்கள் மூலையில் அடுக்கிய நீண்ட வர்ண உருளைகளில் ஓடின.

"இந்த ப்ரின்ட்டட் துணிகளை குர்த்தி, நைட்டி, ரவிக்கை எதுக்குனாலும் யூஸ் பண்ணிக்கலாம் மேம். இப்ப டிஸ்கவுன்ட் இருக்குது மீட்டர் நூறு ரூபாய்தான்."

பச்சையும் நீலமும் கலந்த டிசைனை இவளது மெல்லிய விரல்கள் நீவின. அம்மாவின் பெரும்பாலான புடவைத் தேர்வு இந்த நிறங்களில்தான் - ஜரிகையற்ற மிருதுவான பட்டுக்கள் உள்ளே கிடக்கின்றன. அவை நல்லவேளையாய் கோகிலா சித்தியை ஈர்க்கவில்லை அவ்வப்போது இவள் எடுத்து, மாற்றி மடித்து வைப்பதோடு சரி. அவற்றை நீவும்போது தாயின் ஞாபகங்கள் முட்டும்... அவற்றுக்கு இந்த அச்சிட்ட ரவிக்கைகள் அழகு சேர்க்கும்தான்...

"டெய்லர், பிளவுஸும் தைப்பாரா?"

"யெஸ் மேம்... ரெண்டு வாரங்களில் தந்திடுவார்."

"ம்ம்..." யோசனையுடன் வைபவி மேலும் சில நிறங்களை உருவ, "அர்ஜென்ட்னா நாலு நாளிலகூட தந்திருவார் மேம்." வைபவி முடிவெடுத்தாள் - ஒரு மாதமேனும் தான் 'ஃபேன்ஸி ஃப்ரேம்ஸ்'ஸில் வேலை பார்த்துவிடுவெதென! ஒத்து வரவில்லை என்றால், சம்பளத்தில் பாதியை மட்டும் வாங்கிக்கொண்டு, மிஸ்ரா தந்த இந்தத் தொகையைக் கழித்துவிடலாம். மிஸ்ரா தனக்கு இத்தனை உதவுவானேன்?

தன்னை ஓவிய மேதை என்று கணித்திருப்பாரா? அல்லது வறுமையிலிருந்து ஒரு இளம் ஓவியரை மீட்கும் முயற்சியா? எப்படியோ... மேலும் யாரும் தன்னைக்கண்டு பரிதாபப்படாத அளவில் வேலைக்குப் போய் வர வேண்டும். ரவிக்கைக்காய் சில ரகங்களைக் கிழிக்க குறிப்பிட்டவள், "டெய்லர் இருக்காரா?" என்றபடி கடையின் வாசலுக்கு வந்ததும், திடுக்கிட்டாள்...

அதுவரை உள்ளே நோட்டமிட்டிருந்த அந்த நபர் 'சட்' டென வாசலிலிருந்து விலகியதுதான் காரணம். வாசலிலிருந்த கவனமாய் முகம் திருப்பினான் என்றாலும் அது பார்த்த முகம்... அதுவும் தன் வீட்டினருகே பார்த்த ஞாபகம். அந்தப் பகுதியிலுள்ள நபருக்கு இந்த சந்து கடையில் என்ன வேலை?

மறுபடி மழையென

ஒருவேளை இவர்தான் தையல்காரரா? அப்படியென்றால் பதுங்கும் எலி போல மாயமாவோனேன்? மறுபக்கம் திருப்பத்தில், துணியைச் சிறிய மேஜையில் வைத்து வெட்டிக்கொண்டிருந்தார் ஒரு பெரியவர். ஒரு கணமே கண்ட அம்முகத்தைத் துழாவி, நினைவில் பதிய வைக்க முயன்றாள். மழுங்க மழித்த முகம்... கண்ணாடி இருந்தது. நிதானமான உடலும் உயரமும். 'இவர்' எனக் குறிப்பிடக்கூடிய வயது. காலையில் கோகிலா சித்தி, வயதான பிறகும் சபலத்தில் உழலும் ஆண்கள் பற்றி பேசிய உறுத்தல் மறுபடி நெஞ்சுக்குள் ஏறியது.

தன்னை இவர் ஏன் தொடர வேண்டும்...? வீட்டிலிருந்து, இங்குவரை எனில் சில கிலோ மீட்டர்கள்...?

நெற்றியை நீவியவள், வாங்கியவற்றுக்கான பணம் தந்துவிட்டு, தைப்பவரிடமும் தன் வேலையை முடித்தாள்.

"அட்வான்ஸ் ஏதும்?" - கேட்டாள்.

"திங்கக்கிழம டெலிவரிபோது வாங்கிக்கறேன்."

நேற்றுதானா மிஸ்ரா, இதேபோல தன்னிடம் 'அட்வான்ஸ் ஏதும்?' என்று கேட்டது. ஒரே நாளில் வாழ்வு முழுதாய் புரண்டு போனதே! சித்ரா அத்தையிடம் தன் கதைகளைச் சொல்லி, 'இப்படி செய்யலாமா அத்தை' என்று முன்பு இவள் கேட்கும் சமயங்களில் அவர் குறுஞ்சிரிப்புடன், 'நம் கெட்டிக்காரத்தனம் நம்ப அனுபவத்தின் விளைச்சல் - அனுபவமோ நன் முட்டாள்தனத்தின் விளைவு -ஆக அனுபவங்களை வரவேற்போம்' என்பார்.

ஆக இந்த வேலையை ஏற்பது சரி - அதற்கேற்றது போல தயாராவதும் சரி. முடிவைத் தானே எடுத்தாலும், இந்த திடீர் மாற்றத்தை அத்தையிடம் சொல்ல வேண்டுமென்று துடித்தது. எதைச் சொன்னாலும் இப்போதெல்லாம் சித்ரா அத்தை அதற்கு மறுப்போ மகிழ்வோ காட்டுவதில்லை கேட்டுக்கொள்வதோடு சரி. அதில் இளையவளுக்கு ஏமாற்றம்தான்.

மனம் கூம்பிப் போகும் ஏனெனில், அத்தை புத்திசாலி. அவள் தந்த அன்பிலும் அறிவுரையிலும்தான் வைபவியின் வண்டி இதுவரை ஓடுகிறது. அம்மா இருந்தபோது இவர்கள்

வாழ்ந்த வீட்டின் மாடியில் கட்டப்பட்டிருந்த ஊஞ்சலில் அமர்ந்தபடி அத்தையும் மருமகளுமாய் எத்தனை கதைகளைப் பேசியிருக்கிறார்கள். அதிலும் அவர்கள் வீட்டின் கடைசி முடிவு வெகு கோணலாகி போனதைப் பற்றியும்கூட "இப்படி நடக்கணும்ன்னு இருந்திருக்குது பவிம்மா நம்ப உறவுக்காரங்க 'ஆஹா ஒஹோ'ன்னு சொன்னதை நம்பினோம்.

அண்ணியின் நடிப்பும் அதுக்கேற்றபடிதானே இருந்தது? நம்ம வீட்டின் வாசலும் வர்ற பெண்ணை வரவேற்கற தினுசில் விரியத் திறந்து கிடந்த சூழல்! வீட்டுப் பொறுப்பேற்க ஒரு பெண்ணில்லாமல் நான் கல்யாணம் பண்ணிட்டுப் போயிட்டால் தாயில்லாத உன் நிலை என்னன்ற பரிதவிப்பில் நான் இருக்க, 'அப்பதான் தங்கச்சி சம்மதிப்பா' என்ற அவசரத்தில் அண்ணாவும் இருக்க, கோகிலாண்ணி நம் வீடு வந்தாங்க…"

பதின்மூன்று வயதில் வைபவி பெரியவளாக, அந்த சஞ்சலம் கலந்த சந்தோஷ நேரத்தில் அவசரமாய் நடந்தது அப்பாவின் இரண்டாம் திருமணம். ஆனால், பதினோரு ஆண்டுகளுக்கு முன்னேதன்குடும்பச்சூழலை நினைக்கவும்கூட வேதனைதான். அதற்குச் சில வருஷங்கள் முன்னதாகவே அம்மா சுகவீனமாய் இருந்தார்கள். மருத்துவர்களின் கணிப்புகள் விதவிதமாய் குடும்பத்தைப் பந்தாட, மருத்துவமனை, ஸ்கேன் சென்டர், லேப் என்று இவர்கள் பதறி உருண்ட நாட்கள் அவை. ஆனால், கடைசியில் முடிவென்னவோ இழப்புதான்.

அம்மா இறந்த பின் இவர்கள் வீட்டை நலுங்காமல் நடத்தியது சித்ரா அத்தைதான் - அப்பாவிற்கு பதினாலு வயது இளையவர். அப்பா ஒரு நாள் கண்களைத் துடைத்துக்கொண்டு சொன்னார்.

"எனக்கு பதிமூணு வயசான பிறகு அம்மாவை கர்ப்பிணியாப் பார்த்தது, ரொம்ப எரிச்சலாய் இருந்ததுனு சொல்லலாம். ஒரே பிள்ளையாய் வளர்ந்த என் ராஜாங்கந்தான் அதுவரை வீட்டுல… அழகாய் பிறந்த பெண் குழந்தையை வீடு கொண்டாடினதும் பிடிக்கலை… வீட்டுக்கே வராமல் ஊரச் சுற்றுவேன். ஆனா, மூணு வயசுல சித்ராவுக்கு அந்த பாதிப்பு வர, எனக்கும் பதைச்சுது. கோயிலிலேயே பழி கிடந்து வேண்டினேன்- அப்பத்தான் எம்பாசம் எனக்கே புரிஞ்சுது… சித்ரா இல்லாமல்

மறுபடி மழையென

என்னால் வாழ்வை சமாளிச்சிருக்க முடியாது. அது அறிஞ்ச கடவுள் எனக்குத் தந்த பரிசு, என் தங்க ஊன்றுகோல் ஆவ..."

அப்பா சொன்ன 'பாதிப்பு' அத்தையின் கால் போலியோவினால் வலுவிழந்து தொய்ந்ததை. அம்மா சுகவீனமாய் இருக்கும்போதே அப்பா, தன் தங்கைக்காகவும் வரன் தேடினார்தான். பெற்றவர்கள் இல்லாததால் அந்தப் பொறுப்பு தன்னது என்று உணர்ந்திருந்தார். ஆனால், அப்பா தேடின விதம் தப்பு என்பது இப்போது புரிகிறது - அனுபவத்தின் விளைவாய்!.

ஏதோ பெரும் பாரம் ஒன்றைச் சுமக்க அழைப்பு விடுவது போலிருந்தது அந்த அண்ணனின் தேடல் - வரும் 'உத்தம தியாகி'க்கு சால்வை போர்த்துவது போல உருக்கமாய் அப்பா பேச, அதிலேயே மிரண்டு 'மாப்பிள்ளைகள்' நழுவினார்கள்!

சித்ராவின் திறமைகளும் திடமான குணமும் அதுபோக, திருத்தமான பிற அழகுகளும் அவர்களுக்குப் புரியவில்லை. அத்தையின் வயது கூட, அதோடு அப்பாவின் தேடலில் பயமும் பதற்றமும் கூட, அதே வேகத்தில் வந்தவர்கள் தெறித்து மறைந்தார்கள். அப்போதுதான் சிகாமணி மாமா - அத்தையின் சந்திப்பு நேர்ந்தது. அது ஆண்டவனின் ஏற்பாடு என்று ஆணித்தரமாய் நம்பினார் அத்தை.

'அம்மா வழியில் தூரத்துச் சொந்தக்கார வீட்டுக் கல்யாணம் அது, பவி. வீடு வந்து அழைச்சதால, நான் மட்டுமேனும் போக வேண்டியதாயிருச்சு - தாலி கட்டினதுமே வெளியேறினால், மண்டப வாசல் முழுக்க செருப்புங்க... அதில் ஒரு கால் செருப்போடு, அடுத்ததைத் தேடிட்டு இருந்தாங்க... அவங்க'

சொல்லும் விதத்திலேயே 'அது யார்' என்பதின் மர்ம முடிச்சு அவிழ்ந்து போகும் சின்ன வைபவிக்கு. இவளுக்குள்ளும் அதே போல ஒரு கூச்ச சிரிப்பு குபுகுபுவெனப் பொங்கும். 'அவங்க கையில் ஒரு குண்டுப் பயல்... ரெண்டு வயசிருக்கும். விட்டால் கல்யாண கூட்டத்தில் தேடி மாளாது என்பதற்காய் அவனைத் தூக்கியிருந்தாங்களா... அல்லது தூக்கி வச்சே அவன் அப்படி பெருத்துட்டானாங்கறது...' அத்தை புருவம் உயர்த்த இருவரும் ஊஞ்சலை மேலும் எம்பி ஆட்டியபடி சிரிப்பார்கள்...

'பாவம் எப்படி குனிஞ்சு இந்த குமியலில் அடுத்ததை தேடி எடுப்பாங்கன்ற கரிசனையோடு குனிஞ்ச எம் பார்வையால் அது பட்டிருச்சு... கவிந்து கிடந்த மறு ஜோடி! எடுத்து, போட்டுக்க வாகாய் அவரு காலருகே வைக்க... அப்படி என்னைய பாத்தாங்க'

அதற்குப் பதிலாய் சிகாமணி மாமா பிறகு சொன்னதும் வைபவிக்கு மறக்கவில்லை.

'யாருன்னே தெரியாத ஒருத்தனுக்கு இத்தனை சிசுருஷை செய்யுதே இந்தப் பொண்ணு - வார புருஷனை எப்படி கவனிப்பான்னு ஒரு அசட்டு ஆசைதான்!' கண்சிமிட்டி சிரிப்பார்.

'நடக்க முடியாமல் நா கோணி அசைஞ்சது உங்க கண்ணில் படலையாக்கும்?'

'என் நிலமையைச் கவனிச்சு, நிமிஷமாய் உதவின புத்திதான் பளிச்சுனு தெரிஞ்சுது. நடந்து, குனிஞ்சதெல்லாம் ஒரு ஓயிலாத்தான் தோணியது - அதைவிட முக்கியமாய் வேற ஒண்ணைக் கவனிக்கணுமில்ல?'

'அதென்ன மாமா?'

பெரியவர்களின் கண்களின் சீண்டலும் சரசமும் புரியாமல், இவள் இடைபுகுந்து கேட்டதும்கூட மறக்கவில்லை. 'கழுத்தை ஒட்டினாப்பல ஏதோ நகை இருந்தது - தாலி இல்லை - ஆக, பின்னோடியே போய் யார் எவருன்னு விவரம் எடுத்துட்டேன்.' 'பாரேன் - பிள்ளைச் சுமந்துட்டு ஒரு தகப்பன் தவிக்கிறாரேன்னு உதவப் போக, இவங்க என்ன திட்டம் போட்டிருக்காங்கன்னு!' வீட்டில் இப்படி சிரிப்பு சந்தர்பங்கள் வெகு சொற்பம் - அவையும் மாமா வந்த பிறகுதான்.

தன் வீட்டாரை எதிர்த்தோ, தவிர்த்தோ சித்ராவை மணந்துகொண்ட சிகாமணி, "தோப்பை நான் அப்பப்போ போய் பாத்துக்கறேன். நீ அண்ணா வீட்டிலேயே இரு. பவி தனியா இருக்க வேணாம்" என்று கரிசனைக் காட்டிய சிகாமணி மாமா ஏன் இப்படி மாறிப்போனார்? தானும் இல்லாமல் அண்ணன், எப்படி, சமாளிப்பார் என்ற அவசரத்தில் அத்தை எடுத்து ஊன்றிய 'அண்ணி' எனும் தூண், இன்றுவரை

யாரையும் தாங்காமல், தன்னை நசுக்கிக்கொண்டிருக்கிறது!...
ஆனால், 'இனி எங்களுக்கென்ன' என்பது போல ஏன்
அத்தையும் மாமாவும் தன்னை வந்து பார்க்காமல்கூட ஒதுங்கிப்
போனார்கள்?

அத்தை தான் போனில் இந்தப் பேச்செடுத்தாலே
நழுவிவிடுவார்... இன்னும் எத்தனை காலம் இந்தப் பாராமுகம்?

வைபவி பெருமூச்சு விட்டாள்.

————◦◦————

அத்தியாயம் 3

மிக ரம்மியமாய் நிறம் மாறியிருந்த வானில், 'இந்த அழகை உலகம் நிதானமாய் ரசிக்கட்டுமே' என்ற மிதப்பில் துளித்துளியாய் அஸ்தமித்துக்கொண்டிருந்தது சூரியன். ஸ்கூட்டியை ஓட்டியபடி, வீடு திரும்பிக்கொண்டிருந்த வைபவியின் கருத்தில் எந்த அழகிற்கும் இடமில்லை... மேற்கின் செம்மை போல அவளுக்குள், அன்று காலை கேட்ட பேச்சின் புகைச்சல் வியாபித்திருந்தது. ஒட்டுக் கேட்க தான் நின்றது சரியில்லை என்றால், தன்னைப் பற்றி உடன் வேலை பார்க்கும் பெண்கள் பேசியது மட்டும் முறையா என்ற எரிச்சலில் வைபவியின் முகம் கடுத்திருந்தது.

தன்னிடம் புன்னகை மாறாமல் பேசும் அவர்களுக்குள் இத்தனை விஷமமா? சரி - ஆனால், அதில் உண்மை? நிச்சயமாய் இல்லை. கோகிலா சித்தி எள்ளுவதைப் போல, 'ஆண்களே நிமிர்ந்து பாக்கிற உயரமும், மங்கின நிறமுமான' தன்னை அத்தனை மிடுக்கான தன் 'ஜூனியர் முதலாளி' தலை மேல் வைத்துக் கொண்டாடுவதாவது? இதுவரை சில முறை அவள் நினைவுகூர்ந்த அவர்களின் வம்புப் பேச்சு, மறுபடி வைபவிக்குள் உருண்டது - "வினய் பாஸ் சிபாரிசால வந்த பொண்ணுல? வந்தப்போ எப்படி இருந்தவ - இப்போ வர்ற மிடுக்கென்ன?"

"அது சரிதான், வற்றலாய், வாடின சருகாட்டம்தான் வந்தா... பதினைஞ்சு - இருபது நாள் முன்னேதான் அது? எங்கே தன்னை விரட்டிடுவாங்களோன்னு படியேறுனவ இப்போ ஒனரம்மாதான்!"

"தினம் சில்க் ஸாரி - அட்டகாசமான போட் - நெக் பிளவுஸ் ஆனா, அதென்ன வினய் சார் சிபாரிசு?"

"ஜூனியர் யாரையும் கண்டுக்கறதில்லை. செலிப்ரிட்டி, ஸ்டார்ஸ், யாரு வந்தாலும் எட்டவே நிக்கறவர்" - இது மற்றொருத்தி.

ஓட்டுக் கேட்பது பெரும் அவஸ்தை என்பது வைபவிக்கு அன்று காலைதான் புரிந்தது. ஒரு புறம் கேட்கும் செய்தியின் வெப்பம் என்றால் மறுபக்கம், தான் உறைந்து நிற்கும் நிலையில் வேறு யாரேனும் தன்னைப் பார்த்து விடுவார்களோ என்ற குறுகல்! பேச்சு தன்னையும் இங்கே மிஸ்ராவுடன் சமீபமாய் பாகஸ்தரான வினய் தேசிகனையும் பற்றிதான் - தங்களை இணைத்துதான்! பலர் அவரை 'ஜூனியர்' என்றே குறிப்பிடுவது தெரியும். ஆனால், யாரிடமும் நின்று பேசாத அவருக்கு ஏன் இந்த நிலை?!

அவர் தன்னிடம் பேசியதும்கூட வாடிக்கையாளர், கடை - வேலை சம்பந்தமாய் மட்டும்தான். கடையில் வேலைக்கிருந்த மற்ற நான்கு பெண்களில் மூத்தவர் ஷீலா மட்டுமே திருமதி... மற்றவர்கள் தங்களை மிக மிடுக்காய் காட்டத் தெரிந்தவர்கள் - இந்நிலையில் தன்னை ஏன் வம்பிற்கு இழுக்கிறார்கள்?"

"எப்பவுமில்லாமல் நமக்கு ரெண்டு வாரமாய் ஏன் லஸ்ஸி வருது?" சரிதா கறாராய் கேட்க, இன்னொருத்தி சிணுங்கினாள்.

"ரசிச்சு அதை குடிக்கறதோட சரி – நீதான் சொல்லேன்ப்பா."

"அதுக்கு முன்னே... அதாவது இந்த வை... பொண்ணு வர்றதுக்கு முன்னே மதியம் என்ன செய்வோம்?" சரிதா இளகாமல் மறு கேள்வியை வீசினாள்.

"நாம பத்துக்கு வந்து கடையைத் திறக்கணும் – மிஸ்ரா சாரின் பூஜைக்கு ஏற்பாடு செய்து – கடையையும் க்ளீன் பண்ணணும் – பிறகு கஸ்டமருக்காய் தவமிருக்கணும்."

"ரெண்டு மணி நேரத்துல அயர்ந்து, பிறகு வேலையப் பார்ப்போம், கெட்டியான... தித்திப்பான லஸ்ஸியெல்லாம் வராது நாம கொண்டு வர்ற லஞ்ச் தான் – மதிய நேரம்."

"சாயங்கால வர்ற டீயிலதான் கொஞ்சம் தெம்பு மீளும்." சீனியர் ஷீலா எரிச்சலாய் இடை புகுந்தாள்.

"இந்தப் பொண்ணு சகாயத்தில்தான் நமக்கு இதெல்லாங்கறது டூ மச்."

"நீங்க ஒத்துக்க மாட்டீங்க ஷீலாக்கா – ஏன்னா, நான் பார்த்ததை நீங்க பார்க்கலை" புதிர் பேசினாள் சரிதா.

"சரி – பார்த்ததைச் சொல்லு, நாளெல்லாம் ஏ. ஸி. இல்லாத இந்த ரூமில் 'கிசுகிசு' கேட்க என்னால முடியாது."

"அது வை... அவ வேலை கேட்டு வந்த முதல் நாள் – ஏதோ நாலு படத்தை சீனியர்ட்ட காட்டினா."

"அதை நானுந்தான் பார்த்தேன்."

"விஷயம் – அவ ஸ்கூட்டியில் இங்கேருந்து கிளம்பின சமயந்தான்! அப்பதான் ஜூனியரின் பென்ஸ் நம்ப காம்ப்ளெக்ஸில் நுழையுது..."

"அதாவது ரெண்டும் ஒரே சமயம் - பார்வை மோதி..."

"நோ- நோ- அவ போயிட்டா... ஆனா, அவளை அவர் கழுத்தைத் திருப்பி பார்த்த விதமிருக்கே..."

"அப்படியொன்னும் பிரமாத அழகில்ல அவ."

"அவ ஸ்டைல் தனிதான். ஆனா, பார்த்த நம்ப சின்ன பாஸினி முகத்தில் ஏதோ மின்னல் தாக்குனது போல ஒரு லுக்..."

"அப்படியொன்னும்..."

"ஏய் ராஜி - அதை நீ அவர்ட்டதான் போய் கேட்டுக்கணும். வழக்கமான இடத்தில் காரை நிறுத்தாமல், அப்படியே விட்டு இறங்கி அவ போன பக்கமாய் ஏறக்குறைய ஓடினார்ன்னா பாரேன்! அவளைக் காணோம்னதும் நம்ப செக்யூரிட்டிட்ட போய் கேட்டார்."

"இவளைப் பற்றிதான் கேட்டார்னு என்ன நிச்சயம்?"

"கைகாட்டி கேட்ட விதத்திலேயே நைன்ட்டி பெர்சன்ட் ஷ்யூர் - மீதி பத்து பெர்சன்டையும் விடாமல் வேணுட்ட கேட்டு தீர்த்துகிட்டேன்."

  மறுபடி மழையென

"என்ன சொன்னார், செக்யூரிட்டி?"

"ஸ்கூட்டியில போனபொண்ணைப்பத்திக்கேட்டாரும்மா-`அது ஏதோ வேலை கேட்டு சீனியர்ட்ட பேசுச்சுன்னேன்னுட்டார்".

"ஓ... உடனே ஜூனியர், சீனியர்ட்ட போய் விசாரிச்சாரா?"

"அதை முழுசாய் பாக்கறதுக்குள்ள ஒரு கஸ்டமர் சனியன் புகுந்திருச்சு - 'ஆர்டர் பண்ணின ஃப்ரேமை உடனே எடு'ன்னு என்னை விரட்டி எடுத்திருச்சு."

"சரிதா அவங்கதான் நமக்கு படியளக்கறவங்க."

"ம்ப்ச்... ஆக, நான் பேஸ்மென்ட் ஓட வேண்டியாதாயிடுச்சுக்கா."

"எங்கிட்ட சொல்லியிருக்கலாமே? நோட் பண்ணியிருப்பேன்."

"இத்தனை கதையும் முழுசா நான் சொல்லி, நீ புரிஞ்சு..." அலுத்தாள் சரிதா.

கேட்ட வைபவிக்கும் அலுப்புதான் – சற்று கூட நம்பக்கூடிய கதையாய் இல்லையே இது என்ற அலட்சியத்துடன் நகர்ந்து கடை பகுதிக்கு வந்தாலும், கதை அவளை விடாமல் சுற்றி சுற்றி வந்தது. இதுவரை அந்த ஜூனியர் பாஸ் இவர்களில் யாரையும் சட்டை செய்யாததால், புதிதாய் வந்த தன்னுடன் கோத்துவிட்டார்களோ? இந்த யோசனையுடன் நொந்து வீடு ஏறியவளை, கோகிலாவின் பேச்சு மேலும் நைத்தது.

"கண்டிப்பாய் நம்ப ரூமுக்கு ஒரு ஏ.ஸி மாட்டணும் வைபவி. என்னா வெக்கைங்கற? நீ ரெண்டு வாரம் ஏ.ஸி கடையில நின்னதுலேயே 'ஜம்'முனு மாறிட்டே – நிறம் மாறி தோலு மினுங்குது"

"பீச் பக்கம் இருக்கறோம் சித்தி – ஜன்னலைத் திறந்து வச்சால் போதும்."

"கொசு வருதுல்ல? தவிர, நாய் ஊளையிடற சத்தம் வேற."

"சாயங்காலம் ரெண்டு மணி நேரம் ஜன்னலைச் சாத்திடுங்க பிறகு திறக்க 'ஜிலுஜிலு'ன்னு..."

"அந்த ஓனர்ஸ்ட்ட சொல்லு."

"என்னன்னு?"

ஏழரை மணிக்கு வீடு திரும்புபவளுக்கு, குடிக்க ஏதும் தராவிட்டாலும் பரிவாய் ஒரு புன்னகை - ரெண்டு வார்த்தைகள்? அதில்லாமல் இந்தப் புகார் பட்டியலில் வைபவிக்குள் கடுப்பானது.

"இத்தனை பெரிய வீட்டில் அத்தனை அறையையும் பூட்டிட்டு நமக்கு இந்த பின்பக்க அறைய மட்டுமா தர்றது? மற்றதுல ஏ.ஸி இருக்குல்ல?"

"அவங்க அப்பப்ப வந்து போகிற வீடு இது... பிரைவஸி தேவையில்லையா?"

"நமக்கு வசதி வேணாமா?"

எத்தனை வந்தாலும் சித்திக்கு நிறையாது.

அலுப்புடன் பாத்ரூம் புகுந்துகொண்டாள் வைபவி. வந்த பணத்தை, வாங்கின இரு குர்த்திகளை சுருட்டி வைத்திருந்த கைப்பையை, சித்தியின் கண்களில் படாமல் இதுவரை பாதுகாத்ததே பெரும் சவால்தான்.

'அறிவு பெற, நாள்தோறும் விஷயங்களைச் சேகரி... ஞானியாக, நாள்தோறும் வேண்டாததை விலக்கினால் போதும்' என்பது உண்மைதான்.

சித்தியோடு தனித்து வாழ நேர்ந்த கடந்த சில வருடங்களில் கற்ற பாடமிது. பொருட்களைச் சேகரிக்க, பெருக்க, தொல்லைதான்.

ஆனால், சித்தியின் பட்டியல் நீண்டபடிதான் போகிறது. இதோ இப்போது கேட்டு, மனதுள் சேர்ந்த தகவல்கூட தன் நிம்மதியை அரிக்க ஆரம்பித்திருந்ததே. அம்மாவின் ட்ரங்க் பெட்டிக்குப் புதுபூட்டு போட்டதற்கு, சித்தி ஏக ஆர்ப்பாட்டம் செய்தாள்.

"அப்படி எம்மேல நம்பிக்கையில்லைன்னா நா வராந்தாவுல படுத்துக்கறேன் - இப்படியெல்லாம் கேவலப்படுத்தாத." இத்தனைக்கும் வரப்போகும் சம்பளம் பற்றியெல்லாம் இவள் விவரம் சொல்லவில்லை.

                    மறுபடி மழையென

"கடையின் கணக்கு வழக்குகளை எங்கிட்ட தந்தாங்க - பத்திரமாய் வைக்கத்தான் சித்தி." - நம்ப முடியாத ஒரு பொய்யைச் சொல்லி சமாளித்தாள். காசு புழங்குவது தெரிந்தால் சித்தி விடமாட்டாள் - இப்போதே இளையவளின் தோற்றத்தை வைத்து தன் தேவைகளைப் பெருக்கித்தான் கொண்டிருக்கிறாள்.

"லஞ்ச் என்ன தர்றாங்க அங்க...?"

"கலந்த சாதம்... ஏதாவது ஒரு கட்லெட்னு."

"எனக்கும் அப்படி வாங்கிட்டு வாயேன்."

"ம்ம்" என்று தலையாட்டும்போது வைபவிக்கு குறுகுறுக்கும். ஏனெனில், தினம் இவளுக்கு சிறு ஹாட் - பாக்ஸில் காத்திருக்கும் உணவின் தரம் அப்படி. சாலட், இனிப்பு என்று வெகு சுவையான அந்த உணவு, தனக்கு மட்டுமே வருகிறது என்பது புரிந்தது - அடுத்த குழப்பமான, அதிர்ச்சி.

"கணக்கு வழக்கு சரி பார்க்கணும்" என்ற போர்வையில் இவள் தனியே உட்கார வைக்கப்பட்டு அங்கே மதிய உணவை சாப்பிட்டாள். சுவை தேடும் கோகிலாவின் நாக்கு, நக்கலுக்கும் சளைக்காது.

"அடடா... சாப்பாடு இன்னைக்கும் தேவாமிர்தந்தான்."

'என்ன சித்தி...?' தயக்கமாய் கேட்பாள்.

"உப்பு, காரம், புளி - ஏதுமில்லையே!"

எதையுமே அளவாய் சேர்க்குமளவில்தான் இதுவரை அவர்களது வசதி இருந்தது. இருநூறு ரூபாய் நெய் பாட்டில் - ஒரு மாதம் வராதா என்ற இவளது முயற்சியைச் சித்தி பத்தே நாட்களில் முறியடிப்பார்!

"இட்லி வறவறங்குது. ரெண்டு கரண்டி நெய்யை உருக்கி, இட்லியை அதில் புரட்டின பிறகுதான் தொண்டையில் இறங்குது."

மூத்தவளின் புலம்பலை ஒதுங்கி, சுவையையும் குறைத்துதான் இதுவரை சமாளித்தாள். இப்போது லஸ்ஸியும், சுவையான உணவுமாய் வந்தாலும் மனதில் நிம்மதியில்லை. ஏதோ

சரியில்லை என்று உள்ளே அடித்த எச்சரிப்பு மணியை, இன்றைய பேச்சு உறுதிப்படுத்தியிருக்கிறது.

"செகண்ட் - ஹாண்ட் ஏ.ஸியாவது கிடைக்குமான்னு பாரேன்."

"சம்மர் மாதமெல்லாம் போயாச்சு, கடல்காற்று உடம்புக்கு ஆரோக்கியம் சித்தி..."

"என்னை அலுங்காம வைப்பார் உங்கப்பான்னு நம்பிதான் ரெண்டாவதாய் அவரைக் கட்டினேன் - இப்படி உடனே விட்டுட்டுப் போவார்னு... அதுவும் இந்த நிலமையில்..." வராத கேவலை வரவழைத்துப் பேசுவாள் கோகிலா. முன்னே இதை நம்பி தன் சித்ரா அத்தையிடம் ஓடியிருக்கிறாள் வைபவி.

"அப்படி வசதியான வீட்டில் பிறந்திருந்தால் உன்னையும் கூட்டிட்டு அண்ணி அங்கேயே போலாமே? அல்லது அவங்க வெளியே போனால்கூட, உன்னை நான் பார்த்துக்க மாட்டேன்? அங்கே மனசோ, மகிமையோ கிடையாது... ஆக, அவங்களுக்கு வேற வழியில்லை - அண்ணனின் மனைவியா கொஞ்ச காலமேனும் இருந்ததற்காய் நாமதான் பார்த்துக்கணும் - அவ்வளவுதான். அதுவும் உன்னால் முடிஞ்ச வகையில்" எனும் அத்தை விட்டு மளிகைகளை அவ்வப்போது அனுப்புவதுண்டு.

ஆனால் கோகிலா, அண்ணியாய் வீடு வந்த சில மாதங்களிலேயே பட்டென்று பிரிந்து போன அத்தை பிறகு, சகஜமாகவில்லை - தானும் தன் கணவரும் என்ற ஒதுங்கல்தான் - அதுவும் விபத்தில் சில ஆண்டுகளுக்கு முன்னே சிகாமணி மாமா, நடமாட முடியாமல் போக, வைபவி எதையும் அவர்களிடமிருந்து எதிர்பார்க்கவில்லை... பாசம் உட்பட!

வாங்கி வந்திருந்த கோழிக்கறியில் குழம்பு வைத்து, தோசை வார்த்த வைபவிக்கு உட்கார்ந்து வரைய தெம்பு மிஞ்சவில்லை...

முக்கியமாய் மனசு அயர்ந்திருந்தது. கீழ் ஜன்னல்களை சாத்தி, மேல் பாதியைத் திறந்து விட, கடற்காற்று அள்ளியது. படுத்து கண்களை மூடிக்கொள்ள, வினய் தேசிகனின் கார் மனதுள் உருண்டு வந்து நின்றது! அதொன்றும் அலட்சியப்படுத்தக்கூடிய வாகனமல்ல - கருநீல பென்ஸ் - சக்கரங்களிலும் முகப்பிலும்

மறுபடி மழையென

கோயில் யானைப்படாம் போல வெள்ளியும் தங்கமுமாய் ஜொலிக்கும் உயர் ரகம்.

ஆனால், முதல் நாள் அக்கடையுள் போய் திரும்பிய தான், எதையும் கவனிக்கும் நிலையில் இல்லையே...

ஏன், இன்றும்தான்காதல்கிளுகிளுப்பிற்குஇவளில்இடமில்லை. தன் எதிரே அப்பெண்கள் அத்தனையும் பேசியிருந்தால் அது தன்னை ஏளனம் செய்ய என்றே நிச்சயித்திருப்பாள். ஆனால், அத்தனை அலசலும் தன் முதுகிற்குப் பின்னே... ஆக அதை அவர்கள் நம்புகிறார்கள்! லஸ்ஸி தரப்படுவதோடு, கூடுதலாய் ஒரு வாஷ் - ரூம் இவர்களுக்காய் தரப்பட்டு அதில் பெண்களுக்கான சில அலங்காரப் பொருட்களும் வைக்கப்பட்டதும் சமீபமாய்த்தான். தவிர, இவளுக்கு மதிய உணவு தரப்படுவது தெரிய வந்தால்...

கண்களைத் திறந்து படுக்கையில் புரண்டாள். இவள் தரும் படங்களுக்கெல்லாம் உடனுக்குடன் பணம் தரப்படுவதுகூட, பிறருக்குத் தெரியாது - இது நிச்சயம் இவள் கலைக்கு அவமானம்தான்... ஆனால், அப்படி கணக்கு பார்க்கும் நிலையிலா தான் இருக்கிறோம் - தருவதை நன்றியுடன் வாங்கி பையில் இட்டுக்கொண்டு...

'தட்' - பெருஞ்சத்தம் அவளை உலுக்கியது. தென்னையிலிருந்து காய் விழுந்ததோ? அடுத்ததாய் அதே சத்தம்! இது சுவரிலிருந்து... யாரோ வீட்டின்மேல் கல் எறிகிறார்கள்! அடுத்த கல் இவள் அறையின் சுவரை வெளிப்பக்கமாய் அறைய, துடிப்பாய் எழுந்தாள்...

"யார்... யாரது?" கால்கள் ஓடின... இவளது மூச்சு நின்று பின் வேகமெடுத்தது! சாப்பாட்டு அறையில் டி.வி. பார்த்துக்கொண்டிருந்த சித்திக்கு எதுவுமே கேட்கவில்லையா என்ன? யோசிப்பதற்குள் மூடியிருந்த கீழ் ஜன்னல் சுரண்டப்பட்டது... விக்கித்து நின்றாள் வைபவி.

கடல் காற்றையும் மீறி வியர்த்தது...

———◦∞◦———

அத்தியாயம் 4

குற்றாலத்தின் தயவில் தானும் சிலுசிலுவென்று செழிப்பில் இருந்தது பண்பொழி. பைம்பொழில் என்ற பெயர் திரிபு ஆகியிருந்தாலும், குன்றும் குளுமையும் மாறவில்லை. தென்னைகளின் வருடலின் நடுவே தனிவாய் நின்றது அந்த தோப்பு வீடு. இது போன்ற வீடுகளில் தோப்பே பிரதானம் - வீட்டின் அமைப்பு, அலங்காரமெல்லாம் இரண்டாம் பட்சம். ஆனால், அதில் அம்சமாய் வேலையாட்களுக்கு அன்றைய வேலையைப் பிரித்து தந்தபடி வளைய வந்த சித்ராவை, சிகாமணியின் கண்கள் ஒரு நாய்க்குட்டியின் விசுவாசத்துடன் தொடர்ந்தன. இளஞ்சிவப்பு சின்னாளம்பட்டி சேலையில் பளிச்சிட்டவள், குழந்தைகளையும் இடைஇடையே பார்த்துக்கொண்ட அழகில் இவன் மனம் நிரம்பியது.நான்கு வருஷங்களுக்கு முன்பு வரை இதை எல்லாம் நிதானித்து ரசிக்க முடிந்ததில்லை - பரபரப்பான வேலைகள் வரிசையாய் காத்து நிற்கும்.

அந்த விபத்திற்குப் பிறகு, பெரும்பாலும் கட்டிலில்தான்... பதினோரு வருஷங்களுக்கு முன்பு, தான் சித்ராவை திருமணம் செய்ய இருப்பதாய் சொன்னதும்தன்வீடு போட்ட ஆட்டத்திற்கு, இன்றைய தன் நிலைமை... கடவுளின் முறைப்போ?அவர் வலிக்கப் புகட்டும் பாடமா?

"தோப்பும் தீரமுமான நம் குடும்பத்துக்கு ஊனமான ஒருத்தி மருமவளா? சீர் கொண்டு வராட்டியும் சீராய்க்கூட நடக்க முடியாதவ பண்ணையை ஆள முடியுமாடா?"

"போலியோ அட்டாக்கா? பனங்கிழங்காட்டம் சூம்பின காலாய் மட்டும் இராதுடா. இடுப்புமே பாதிப்பாயிருக்கும் - உனக்கு வாரிசு வேணாமா?"

"ஐயோ... என்னடி இப்படி அணுகுண்டை எந்தலையில போடற? இவன் கட்டுனா அவதாங்கறானே. முப்பது வயசு வரை இவங்காத்திருந்தது இப்படி ஒரு நொண்டிக்கா?"

"அவளுக்கு பெத்தவங்க இல்ல... நாளை பின்ன எந்த சப்போர்ட்டும் இராது. ஒரேஅண்ணங்காரன்-அவன் வீட்டுக்காரி சீக்காய் கிடந்து செத்தும் போயாச்சு."

"என்னடி இது - ஏதுங் கேட்கவே விளங்கலியே - இப்படியா போய் சிக்குவான் எம்புத்ர சிகாமணி?"

அம்மாவிற்கு கோபத்தில், கண்ணீரும் ஆவியாகியிருந்தது. அந்தக் கொதிப்பில் தன்னை நம்பி வருபவள் பொசுங்கிவிடக் கூடாதென்று சிகாமணி ஒதுங்கி வந்ததுதான் இந்த தோப்பு வீடு.

பண்பொழியில் வாங்கிய தோப்பை குடும்பத்தில் வேறு யாரும் கண்டுகொள்ளாததில், தன் பங்கிற்கு அதுமட்டும் போதுமென ஒதுங்கியவனின் நிலைமை பத்து வருடங்களில் நிறைய நிமிர்ந்திருந்தது. எல்லாவற்றிலும் பெரிய சொத்தாய் சேர்ந்தது இவர்களின் பிள்ளைகள் - ஆணும் பெண்ணுமாய். இரண்டு பக்க சொந்தங்களும் இல்லாமல் போக வேண்டாமென்று சிகாமணி, தன் ஆரம்ப குடித்தனத்தை, சித்ராவின் அண்ணனின் வீட்டிலேயேதான் அமைத்தான்.

"அண்ணனுக்கு இது ரெண்டாங் கல்யாணாம்ன்னாலும் இப்பத்தான் ஆகியிருக்கு. பக்கத்து வீடொன்று காலியாய் கிடக்குதுங்க. நாம அதை வாடகைக்கு எடுத்துக்கலாமா? வைபவியும் நம்மோட இருந்துக்குவா..."

"நாமும் புது ஜோடிதான்" என்று சீண்டினாலும், சித்ராவின் ஆசைப்படி அடுத்த வீட்டிற்கு மாறினார்கள்.

"பண்ணையிலேயே நமக்கு வீடு ஒன்னை கட்டிடணும் சித்ரா - வேலை சீக்கிரம் ஆரம்பிச்சுடுவேன் - தோப்பு வேலையோட, கட்டுமானத்தையும் கவனிக்க, நா அடிக்கடி நம்ம ஊருக்குப் போகணும். அந்நேரம் நீ அண்ணா வீட்டிலே தங்கிக்கோ என்ன?"

ஆனால், மனைவி அப்படி போகவில்லை என்பதும், தனி வீடு எடுக்கச் சொன்னதும் காரணமாய்த்தான் என்பதும் பிறகு புரிந்தது. சட்டென புரிந்துகொள்வது மட்டுமல்ல, புரிந்ததை கொட்டிப் பரப்பாத கெட்டிக்காரி தன்னவள் என்ற பாராட்டு இப்போதும் சிகாமணியின் கண்களில் பளபளத்தது. அதை உணர்ந்தவள் போல வந்து அவனருகே கட்டிலின் விளிம்பில் அமர்ந்தாள் சித்ரா.

"அப்படிப் பாக்கறீங்க?" கன்றின் தலையைத் தடவுவதான வாஞ்சையுடன் கணவனின் முடி கோதினாள்.

"எப்படி?"

"ஏதோ சந்தோஷமான யோசனைதான். மேகத்து விளிம்புல மின்னுற வெள்ளியாட்டம் ஒரு ரேகை ஓடுச்சே?"

"மேகமாட்டம் வெள்ளையா பொலூரபொலூரன்னா இருக்கேன்?"

"மேகத்துல கறுப்புதான் சிறப்பு - அதுதானே மழை தருது?"

சொன்னவளை நோக்கி ஒருக்களித்து திரும்பினான். பகல்களிலும் பெரும்பாலும் இந்த மரத்தடி நாடாக் கட்டிலில் கிடக்க வேண்டியதாகிவிட்டது. முன்பு இதைவிட நெருங்கி நிற்பாள், உட்காருவாள். தம்பத்யமும் தாய்மையும் மதர்க்க வைத்திருந்த, தன் மேனியை பூனை போல இவன் மீது அவள் உரசுவது அவனைக் கிறக்கும். ஆனால், மூர்க்கமில்லாத மோகத்துடன், விஷமம் செய்யாமல் கட்டியவளையே பார்த்திருப்பான். அவளது ஓட்டல் கூடும். அது "நீதான் எனக்கு முதன்மை" எனும் அவர்களின் பரிபாஷை. இப்போது கவனமான இடைவெளி விட்டிருக்கிறாள். இவனது இயலாமையைச் சீண்டாத பக்குவமான சில அங்குல இடைவெளி.

"பிள்ளைங்களுக்கு லீவு போல?"

"ம்ம்... ஆக பம்ப் செட் போடுங்க. அவங்க ஃப்ரெண்ட்ஸையும் இங்க வரச் சொல்லியாச்சு."

"வரட்டும்."

                                      மறுபடி மழையென

"அண்ணியும் இன்னைக்கு இங்க வர்றதாய் சொன்னாங்க. இப்போ அவங்க எதிர்வீட்டில வளைகாப்பாம்."

"ம்ம்..."

இவனுமே அவளைத் தொடுவதைக் கவனமாய் தவிர்த்தான். முன்னே அவள் உரசலில் தான் தீப்பற்றி, இருவரும் வெப்பமான ஞாபகங்கள்... அந்த விபத்து இவர்களது தீப்பெட்டியைக் காலியாக்கிவிட்டது. உரசலும் ஒளியுமற்ற நாட்கள்தானே இனி. நல்லவேளை அதற்குள் இரண்டு பிள்ளைகள் ஆயாயிற்று. சித்ராவின் முதல் வளைகாப்பிற்கு அவள் அண்ணன், வைபவியுடன் புதுத்துணி பலகாரத்துடன் வந்திருந்தார். இங்குள்ள தோட்டத்து ஆட்கள்தான் கலந்த சாதம், பலகாரம் என்று சமைத்தது. ஆனால், ஆண் குழந்தை பிறந்ததும், இவன் வீட்டார் ஆளுக்கொரு பரிசோடு வந்து இறங்கினார்கள்.

"கொழுக்கட்டையாட்டம்   ஆண்   குழந்தை பெத்துட்டானே?"அதிசயித்தவர்கள், பிள்ளை தன் முதல் பிறந்த நாளின் போது, குறுக்கும் மறுக்கும் தளிர் நடையிட்டதில் பூரித்துப் போனார்கள். அந்த சமயம் இவர்கள் வருமானம் சொற்பம் என்றாலும், சித்ரா எல்லாருக்கும் தாராளமாய் செய்து, புகுந்த வீட்டினுள் தனக்கான இடத்தைப் பிடித்துக்கொண்டாள்.

குற்றால சீஸன் மாதங்களில் இவர்களின் வீடு திருவிழா போலிருக்கும் - சளைக்காமல் ஈடு தந்தாள் சித்ரா. இப்போது இவன் வீட்டு வளையத்துள் அவள் கோர்க்கப்பட்டாலும் சித்ராவின் அண்ணன் வீட்டோடு தொடர்பில்லை... வெளியே காட்டுவதில்லை, பொறுமவதுமில்லை என்றாலும், அந்தக் குறை அவளுக்குள் நிச்சயம் இருக்கும்... ஆனாலும் அங்கே இனி நெருங்குவது ஆபத்து... அதுவும் தான் இந்நிலையில் இருக்க... கணவன் முகத்தில் வருத்தம் படரக் கண்டவள், "சுக்கு காபி எடுத்துட்டு வரேன்" என்றபடி எழுந்து போனாள்...

சித்திதான்சொல்லப்போகும்விஷயத்தைஊதிப்பெரிதாக்குவார் என்று தெரிந்தாலும் வைபவிக்கு அதைச் சொல்லாது மறைக்கவும் மனமில்லை, ஒரு பக்கம் வெளியிலிருந்து வந்து வீட்டில் கல்லெறிந்து கதவு சுரண்டுவது யார் என்ற திகைப்பும், மறுபுறம் கேட்டதும் சித்தி பயந்து அலறுவாளே

என்ற தவிப்புமாய் நாட்களைத் தொடர முடியாது. ஆனால், ஒருவேளை சுவரேறி குதிப்பவர்கள் வேறு இடம் தேடிப் போய்விட்டால்... அநாவசியமாய் அலறி, வாடகையில்லாத இந்த வீட்டை விடுவானேன்?

முந்தின இரவு, ஜன்னல் சுரண்டப்பட்டதோடு சரி - மூடியிருந்த கீழ்ப்பாதியை இவள் திறப்பது போல சத்தமெழுப்ப, விலகும் காலடிச் சத்தம் கேட்டது. மறுநாள் காலை ஒரு கழியுடன் பின்புறமாய் போய் நோட்டமிட்ட போது, மூத்திர வாடையைத் தவிர வேறு தடயமில்லை.

'இலவச டி. வி

இலவச நிலம்

இலவச மின்சாரம்

கட்டணக் கழிப்பிடம்'

என்று நவீனக் கவிதை சொல்வது போல், அதற்காகவா இங்கு ஒதுங்கினார்கள்? சுவர் ஓரமாய் காலி பிராந்தி பாட்டில் வேறு. குடித்து, களித்து, கழித்தும் விட்டு கிளம்பியாயிற்று சரி - ஆனால் மறுபடி வந்தால்? அன்று கடையில் நல்ல கூட்டம். ஆக வேலையில் மும்முரமானாலும் வீடு கிளம்பும் சமயம், அதுவரை காத்திருந்தது போல அந்தப் பதற்றம் மறுபடி வைபவிக்கு தொற்றிக்கொண்டது. மிச்சம் மீதி உணவை இட்டு ஒரு நாயைத் தங்களுடன் வைத்திருக்கலாமோ? யோசனையுடன் ஸ்கூட்டியில் பயணித்தாள் - சித்தியும் பாவம்தானே? வீட்டிலேயே அடைந்து கிடக்கிறார். 'வெளியே அதிகம் வராதீங்க சித்தி - கவனம்' என்றபோது சிறு குழந்தை போல முகம் சுளித்தார்.

38 வயதில் ஆறு வயது மூத்தவருக்கு இரண்டாம் மனைவியான சித்திக்கு, தான் மிக இளையவள் போலவும், மூத்தவரை கட்டி ஏமாந்தவள் போலவும் காட்டிக்கொள்ள பிடிக்கும். இப்போது வந்தவர்கள் தனக்காகத்தான் வீட்டை வளைத்திருக்கிறார்கள் எனவும் கூடும்!

மெல்லிய முறுவலுடன் வீடு நுழைந்தவளை, "வாங்கிட்டு வந்தியா?" கேள்வி வரவேற்றது.

                                      மறுபடி மழையென

"என்ன... எது சித்தி?"

"ஜிஞ்சர் சிக்கன்? சொல்லி விட்டேன்ல?"

"வீட்டில் கோழி குழம்பு இருக்கேன்னு..."

"அந்த தேவாமிர்தக் குழம்பு சலிச்சிடுச்சு - காரமாய், மணமாய்... சாப்பிடக்கூட கொடுத்து வைக்கலை பார் - எனக்கு. நிம்மதியாய் வாழலாம்னு நினைச்சு செய்தது... இப்போ எதுவுமில்லாமல் போச்சு."

"நாளைக்கு மறக்காமல் வாங்கிட்டு வர்றேன் சித்தி... ஆனா, ரெஸ்டாரண்ட்ஸ் எங்க கடை பக்கத்தில் இல்லை."

"வர்ற வழியில் நூறு கடை தினுசு தினுசாய் இருக்குமே? உனக்கு நினைப்பு இங்கில்லை."

'உண்மைதான் வேற பயத்தில் இருக்கேன்' என்று ஒத்துக்கொள்ள முடியாமல் அறைக்குள் போய் படுத்தாள். வெளி கேட்டிலிருந்து சற்றுத் தொலைவில் இரு பெட்டிக் கடைகள் உண்டு. அங்குள்ளவர்களிடம் உதவி கேட்டால்? ஸ்கூட்டியில் போகும், வரும் தன்னை அக்கடையருகே நிற்பவர்கள் வெறிக்கும் விதம் நினைவிற்கு வர, புத்தி அந்த யோசனையை உதறியது. "என்ன தோசை வார்க்காமல் ஹாய்யா படுத்துட்டே?" நிஷ்டூரமான கேள்விதான். "முகம்கூட கழுவிக்கலையே, வைபவி - காபி கலக்கட்டா?" என்ற பரிவு காட்டாவிட்டாலும் குத்தலையேனும் சித்தி குறைக்கலாம்.

முகம் கழுவி வந்தவளிடம், "பசியிலை எனக்கு கிறுகிறுன்னு வருது - சூடாய் சாப்பிட்டால் சமாளிக்கலாம்" புகார் வந்தது. இரண்டாம் தோசையை வட்டமிடுவதற்குள், அந்த சத்தம் ஆரம்பமானது. மணி ஒன்பதுகூட ஆகவில்லை... இன்று சீக்கிரமே வேலை ஆரம்பமாகி இருக்கிறது! அக்கம்பக்கம் வேறு வீடுகளோ, வீட்டாரோ இல்லாத தைரியம்! பின் கதவு தட்டப்பட்டது. ஓடிப் போய் கதவு பூட்டப்பட்டதை நிச்சயித்துக்கொண்டாலும், இதயம் எம்பித் துடித்தது.

"யாரது?"

"தெரியலை சித்தி... ஆனா, திறக்க வேணாம்."

"பின்ன, இருட்டனதுக்குப் பிறகு திறந்து, விருந்தா வைக்க?"

"நேற்றும்... யாரோ காம்பௌண்டினுள் நடந்தது போலிருந்தது..."

"பாவி சொல்றதுக்கென்ன?"

"மறுபடி வருவான்னு எதிர்பார்க்கலை."

"என்னை ஒரு வார்த்தை கேட்டிருக்கணும். சொன்னதும் ஓடிப் போய் அவங்க தந்த ஸ்வீட்டை வாங்கிட்டு, குடி வந்தாச்சு. வந்திருக்கது மனுஷேனோ முனியோ?"

பேய் படங்களை பெரிய ஈடுபாட்டுடன் ரசிக்கும் கோகிலாவின் சந்தேகம்! கறுகிய தோசையைப் பியித்துப் போட்டுவிட்டு, மறுதோசை வார்த்தாள். மறுபடி கல்லெறிந்த சத்தம் - ஆனால் ஏன் பேச்சில்லை? போன் செய்து உதவி கோரகூட இவளுக்கென்று யாருமில்லை.

"முன்னே குடியிருந்தது பொந்தில்தான் என்றாலும், பாதுகாப்பு உண்டு. அக்கம்பக்கத்தார்ட்ட பேசி புலம்பலாம், சண்டைகூட போட்டுக்கலாம்... இங்கே சூன்யந்தான். நீ தப்பிச்சுடறே வேலை வேலைன்னு."

நிச்சயம் வேலை அவ்விதத்தில் பெரிய உதவி. வருமானத்துடன் மனதிற்குள் வேறு மடை மாற்றத்தைக் கொடுத்தது.

"உனக்குப் பயமே இல்லையா? கல்லு போல நின்னு தோசை வார்க்கறே?"

இதற்குப் பதிலளிக்காமல் மறுதோசையை ஊற்றினாள்.

விரிந்த வட்டத்தினுள் அவன் முகம் வந்தது...

வினய் தேசிகன்!

அவனதும் உணர்ச்சிகளைத் துடைத்த முகம். வாடிக்கையாளர்களிடம் பேசும்போது முகம் சிரித்தாற் போலிருக்கும்என்றாலும், அது அவன்கண்களில்பிரதிபலிக்காது. வெற்றுப் பார்வைதான். தான் நூறு பொறுமல்களை, பொறுப்புகளை அஞ்சி சுமப்பது போல அவனுக்குள் பாரங்கள்

                              மறுபடி மழையென

உண்டு போல. மிஸ்ராவின் கடை, இத்தனை நவீனமாகியது வினய் அவரது பாகஸ்தரான பிறகுதான். அதாவது மூன்று வருஷங்களுக்கு முன்பே என்று சொல்லக் கேள்வி. மற்றபடி அவரது தனிப்பட்ட வாழ்க்கை பற்றி எதுவும் தெரியாது. அது மிக சுவாரஸ்யமானதோ சுகமானதோ அல்ல என்று யூகிக்க கூடியதாய் இருந்தது அந்த முகம்...

தன்னை முதன் முதலாய் கடையில் பார்த்த அன்று வினய் பரிதவித்தது நிஜமென்றால், தன் பொருட்டே கடையின் பிற ஊழியர்களுக்குச் சில சலுகைகள் என்பதும் உண்மையானால், இந்தச் சூழலில் நிச்சயம் தனக்கு உதவி கிடைக்கும்...

ஆனால், ஜூனியர் பாஸின் தொடர்பில் தான் இல்லையே...

மறுபடி பின்புற கதவு அறையப்பட்டது.

அந்த வேகத்தில் இவளிலும் கோபம் சிலும்பியது.

"யாரு... யாருடா நீ?"

"குர்வம்மா... கோவப்படாத. நாந்தான் கதவத் திறயேன்."

முதன்முறையாய் கேட்கும் குரல்.

"அப்படி யாருமில்ல இங்க."

"அப்ப நீதான் திறவேம்மா. தனிச்சு குடிக்கறதுல கிக்கு ஏறல... உனக்குஞ் சேத்துதான் சரக்கு வாங்குனேன்."

"ஷட் அப்... போலீஸை கூப்பிடப் போறேன்."

"அவுக வந்தா பாட்டில்ல பங்கு கேப்பாங்களே, குர்வம்மா."

அவன் சிரிக்க, இவளுக்குள் உதறியது.

காலி வயிறு நடுங்கிச் சுருண்டது.

"துணைக்கு யாருமே இல்லாத நிலையில எங்கள வுட்டுட்டு போயாச்சு திருப்திதானா?"

கோகிலா, இல்லாத கணவனைத் திட்டினார்.

அந்நேரம் முழுவதும் நிர்க்கதியான உணர்வில் நனைந்து, வெடவெடத்து வைபவிக்கும்.

பெண்களுக்கான காவல் நிலையத்திடம் உதவி கோரலாமா என்ற யோசனையுடன் தன் மொபைலை கையிலெடுத்த நேரம், அதுவும் அவளை அழைத்தது!

புது எண்... ஆனாலும் எடுத்தாள்...

"ஹலோ..."

குரல் முழுக்க எழும்பவில்லை... வீடு வரை வந்து தினம் தொந்தரவு தருபவனுக்குத் தன் மொபைல் எண் கிடைத்திராதா என்ன?

காதினுள் "குர்வம்மா" என்ற குழறலான அழைப்பை எதிர்பார்த்து, மூச்சடக்கி நின்றவளை அந்தக் குரல் உயிர்ப்பித்தது.

"வினய் தேசிகன் ஹியர். இந்நேரம் அழைத்ததற்கு மன்னிக்கணும்..."

"ப... பரவால்ல சொல்லுங்க சார்" என்றவளின் குரல் நிச்சயம் நன்றியில் நனைந்திருந்தது.

———◦◦◦———

 மறுபடி மழையென

அத்தியாயம் 5

'பெண் போகத்திற்காய் படைக்கப்பட்ட பொதுவுடைமைப் பொருள்.' - இது சாக்ரடீஸின் இரண்டாயிரப் பழமையான 'சிந்தனை' எனச் சொல்லக் கேள்வி.

இன்னும் அந்த எண்ணம் தொடர, அப்படியான சமுதாயத்தில் பெண்ணுக்கென்ன பாதுகாப்பு?

அந்த ஆற்றாமையின் கேவல், வைபவியின் குரலில் கசிந்ததோ... "எனிதிங் ராங்?" கேள்வி வந்தது. அவசரமாய் ஆனால் சுருக்கமாய் தன் நிலையை விளக்கினாள். ஒரு மாதம்கூட அறியாத ஒருவரிடம் தன் பரிதாபத்தைப் பகிர கூசியதுதான். தவிர, ஒரு மணி நேர பயணத் தொலைவிலிருந்து வினய் செய்யக்கூடியதும் ஏதுமில்லை.

ஆனாலும் தொண்டையை அடைத்த துக்க கோலியைத் துப்பத்தானே வேண்டும்? அல்லது அது மூச்சையும் அடைத்து? அது போக வலிய வரும் ஆதுரத்தைத் தவறவிடுவானேன்?

"அந்தப் பக்கமுள்ள இன்ஸ்பெக்டர் பரிச்சயமானவர். நாட் டு வொர்ரி. இப்ப என்ன செய்துட்டு இருக்கீங்க?"

'தோசை சுட்டபடி!' என முடியாமல்,

"சாப்பிடலாம்னு இருந்தோம் சார்."

"கோ அஹெட் சாப்பிட்டுட்டுப் படுங்க... இந்நேரம் சொல்லாமான்னு தெரியலை. நாளை பத்தரைக்கு என் ஃப்ரெண்ட் தன் ரிக்கார்டிங் தியேட்டருக்கான டெக்கர் அண்ட் பிக்சர்ஸ் பற்றி பேச வர்றார். அந்நேரம் நீங்களும் இருந்தால் உதவின்னு..."

"ஷ்யூர் சார்."

"காலையில் ஒன்பதரைக்கு கார் அனுப்பறேன்."

"நானே வந்துடறேன் சார்."

"சில படங்களை உங்க மொபைலுக்கு அனுப்பறேன் - அவர் வரவேற்பறையின் அளவும் - எல்லாம் பார்த்துட்டால், சில ஐடியாளுடன் நீங்க தயாராய் வரலாம். யோசிச்சபடி வர, கார் வசதி. குட் நைட்.

மறுபடி கதவு தட்டப்பட, அதை நெருங்கி,

"போலீஸுக்கு போன் பண்ணிட்டேன். வர்றாங்க..." என்றாள் உரக்க.

"நிம்மதியாக் குடிக்க ஒர்ரு இடங் கிடைக்க வுடமட்டோங்கரே குர்வம்மா..."

தன் அறையின் ஜன்னல்களும் சாத்தப்பட்டிருக்கிறதா என்று பார்த்து உறுதிப்படுத்திக்கொண்டாள். கடலின் சத்தமும் காற்றையும் இப்படி வெளியே விட்டு அடைத்துவிட்டது துரதிர்ஷ்டம்தான்... அவற்றைவிட பாதுகாப்புதானே முக்கியம்?

"அப்ப நீ வரமாட்ட?".

"போலீஸ் வருதுன்னேன்".

காலடி சத்தம் விலகுகிறதோ?

தனக்கு இரு தோசைகளை வைத்தவள், மொபைலில் முதலாளியிடமிருந்து வந்து விழுந்திருந்த படம், தகவல்களைப் பார்க்க ஆரம்பித்தாள். வெளியே விசில் சத்தம் சீறியது.

போலீஸின் எச்சரிக்கையா அது?

பரபரவென்று வீட்டின் முன்பகுதிக்குப் போய், அங்கிருந்த ஜன்னலின் வழியே, கனத்த திரைச்சீலையைத் துளியாய் விலக்கி நோட்டமிட்டாள். முழு இருட்டில் ஒன்றும் தெரியவில்லை. முன்புற தோட்டத்தின் மின்விளக்கை சமீபமாய் சிதைத்தது. இந்தக் குடிகாரந்தானா? புது பல்ப் போட வேண்டும்... அதைவிட முக்கியம் புது வீட்டிற்கு மாறுவது. வேலையின் புது பொறுப்புகள் போக, வேறு ஒரு வீட்டிற்காய் தேடி அலைவது

                                    மறுபடி மழையென

சுலபமில்லை. ஆனாலும் செய்துதான் தீரவேண்டும். மறுபடி விசில் அப்பகுதியின் அமைதியைக் கிழித்தது - மீண்டும் மீண்டுமாய்.

ஒரு போலி துப்பாக்கியேனும் வாங்கி வைத்தால், இது போன்ற சூழ்நிலைகளைச் சமாளிக்கலாம்... ஆனால், பெண்களின் நிலை ஏன் இத்தனை பரிதாபமாய் இருக்கிறது - மட்டமாய்?!

'பெண்களை மிருகங்களாய் வைத்து, ஆண்கள் மட்டும் மகரிஷிகளாய் மாற முடியாது' என்று கேட்ட பட்டிமன்ற பேச்சாளரின் முழக்கமெல்லாம் விழலுக்கிறைத்த நீர்தான். நச்சென்று பாரதி முன்பே சொன்னதுதானே அது - 'பெண்மை உயராமல் ஆண்மை உயராது' என்று?

நூறு கௌரவர்களைக் கொண்டாடுபவர்கள் அவர்களின் தங்கையின் பெயர் துச்சலை என்பதைக் குறிப்பிடுவதுகூட சொற்பம். வெகுநேரம் இப்படி பொறுமல்களுடன்படுக்கையில் கிடந்தவள், விழித்து வழக்கத்தைவிட தாமதமாய். சுயபச்சாபத்துடன், காலை கடையில் செய்யப் போகும் வேலையும் மனதுள் சித்திரமிட்டிருந்தது. ஆக தலைக்குக் குளித்தவள் மிருதுவான ரோஜா வர்ண புடவையைச் சுற்றினாள். கறுப்பில் ரோஜா மொட்டுக்களை நெய்தது போலிருந்த ரவிக்கை அவளைக் கம்பீரமாய் காட்டியது.

"சாண்ட்விச் செய்தேன் சித்தி - சாதம் மட்டும் வச்சுக்கோங்க மதியத்திற்கு. குழம்பு இருக்குது. மறக்காமல் சிக்கன் ஃப்ரை வாங்கிட்டு வர்றேன்..."

"ஜிஞ்சர் சிக்கன்."

"ஆட்டும் சித்தி" தலையாட்டியவள், தளரப் பின்னலிட்டு, உதட்டிற்கு பிங்க்-ள்ளாஸ் சேர்த்தாள்.

"இப்படியா ஸ்கூட்டியில் போவே? ஒரு மணி நேரத்துல பத்ரகாளியாட்டம் போய் நிற்பே."

"கஸ்டமர் ஒருத்தரை மீட் பண்ணணும் - ஆக கார் அனுப்பறதாய் பாஸ் சொன்னார்."

"யார் அந்த வடக்கத்திய கிழவனா?"

சித்தியின் பேச்சு உறுத்தியது. அத்தனை உதவி செய்தவரை இப்படி மரியாதையின்றி பேசலாமா? தவிர, சதா இப்படி ஆண்வர்க்கத்தைக் குதர்க்கமாய் சந்தேகிக்கும் வாழ்வும் சுகப்படாதே... இரு கால்களும் இணைந்தால் எத்தனை தொலைவையும் கடக்கலாம், சந்தேகமாய் ஒன்று நொண்ட வேதனைதான்.

முன்தின இரவே தன் வீட்டின் விலாசத்தை வைபவி, வினய்யின் போன் மூலம் தெரிவித்திருந்தாலும் சரியாய் ஒன்பது இருபதிற்கு வெளி கேட்டில் கேட்ட ஹாரன் ஒலி சற்று ஆச்சர்யந்தான். ஓடிப் போய் இரும்புக் கதவை திறந்தவளுக்குத் தன் கண்களை நம்ப முடியவில்லை.

திரும்பி தன் சித்தியின் முகத்தைப் பார்க்கும் துணிவுமில்லை!

"என்னம்மா இது பென்ஸ் கார் வந்திருக்குது?"

கேட்ட கோகிலாவின் வாய் திறந்தபடி இருந்தது.

நல்லவேளை அதை ஓட்டி வந்தது அவ்வப்போது இவள் பார்த்த ஓட்டுனர்தான்.

"பரவால்லியே சித்தி - அப்டேட்டடாய் இருக்கீங்க - கார் ரகமெல்லாம் தெரியுது?"

"சுற்றிலும் வசதிகளை விதவிதமாய் பார்க்கறேனில்ல? ஸ்டாஃப்புக்கு கூடவா இப்படியான காரை அனுப்புவாங்க?"

"அப்படி தனியா கிடையாது சித்தி. இது... முதலாளியின் - சின்ன பாஸின் கார்."

"அது யாரு? கார் ரதமாட்டம் இருக்குது."

பேச்சை வளர்க்க விரும்பாமல் காரில் ஏறிக்கொண்டாள் அவசரமாய்.

மரியாதைக்கு இறங்கின ஓட்டுனர், கோகிலத்திற்கு ஒரு சலாம் வைத்து,

"மேடம்மின் அம்மாவா?." பவ்யமாய் கேட்க, கோகிலா கனைப்பது போல ஒரு சிரிப்புடன் - "சித்தி - என்னைப்

   மறுபடி மழையென

பார்த்தாலே தெரியலே?" என்றார். எரிச்சலாகும் சமயங்களில் அவர் சிரிப்பு இப்படி மாறிவிடும்.!

"வித்தியாசமாத்தான் இருந்தீங்க. மேடம் ஸ்லிம் அண்ட் ட்டால் ஆச்சே-" மெச்சுதலாய் சொல்லிவிட்டு அவன்காரில் ஏற, வைபவி தன் கைப்பையைத் தீவிரமாய் குடைந்துகொண்டிருந்தாள் - சித்தியை ஏறிடும் துணிவில்லாமல்!

இந்நேரம் சித்ரா அத்தை இங்கே இருந்திருந்தால் வெடித்து சிரித்திருப்பார். அது தன்னையும் தொற்ற இருவருமே குலுங்கி, சிரிப்பில் கசியும் விழியோரங்களைத் துடைத்துக்கொண்டிருப்பார்கள்.

அத்தைக்காய் மனம் அந்நேரம் மிக ஏங்கியது. அவர் இருந்திருந்தால் நிச்சயம்.

'என்னோட வாங்கத்தை... அங்கிருந்து ஆட்டோவில உங்களை ஏற்றி விடறேன்' என்று காரில் ஏற்றிக்கொண்டிருப்பாள்.

காரின் வெளிப்புறத்தைவிடவும் உள்ளே அதன் வசதி அசத்தியது. தோல் இருக்கைகள் இவளைத் தங்களுக்குள் மெத்தென புதைத்துக்கொண்டன - சாலையின் குலுங்கல்களை சிறிதும் உணராதளவில்.

அது ஒரு ஆணின் வாகனம் என்று உணர்த்தியது அதனுள் சுழன்ற வாசனை.

"மியூஸிக் மேம்?"

"இல்லை... உங்க பேர்?"

"சஞ்சித் மேடம்... ரொம்ப வர்ஷமாய் மிஸ்ரா, சார்ட்டதான் வேலை. ராஜஸ்தான்லேரந்து வந்து. ஆனா, சென்னை ரொம்ப பிடிச்சு போச்சு வசதியான ஊரு மேடம்."

"ம்ம்... உங்க குடும்பம்?"

கலகலவென்று பேசுபவனிடமிருந்து முழுதாய் வெட்டிக்கொள்ள முடியாமல் பேச்சை வளர்த்தாள். தவிர, சித்தி வழக்கம் போல, தன்னை சற்று மட்டம் தட்ட முயன்றபோது,

கதையை அப்படியே புரட்டிப் போட்டுவிட்டானே, சாமர்த்தியமாய்! பரத்தின் ஞாபகம் தவிர்க்க நினைத்தும் எழும்பியது. தன்னை ஒரு கலை தேவதை போல பார்த்தவனின் மனதை சித்தி தன் வழியில் புரட்டிதான் மாற்றினார்.

"நீங்க பெரிய வீட்டுப் பிள்ளை போலிருக்கீங்க தம்பி. எங்க வீட்டுப் பெண் மேல எப்படி உங்க கவனம் போச்சு?"

"ஓ... வைபாஸ் ஆர்ட் இஸ் யுனீக் - அவங்களைப் போலவே."

"அது என்னவோ வரைவா... ஆனா ஆளு ஒட்டடைக் குச்சி போலத்தான்...'

"ஷி இஸ் குட்..." என்று பரத் ஏதோ மறுக்க ஆரம்பிக்கும் முன் சித்தி தன் பழமொழிகளை வேறு அவிழ்த்து விடுவார்.

"தூக்கம் வந்துட்டா தலையணைத் தேவையில்லை - காதல் வந்துட்டா அழகு தேவையில்லை. நீங்க அதெல்லாம் கேள்விப்பட்டிருப்பீங்களா தெரியாது - இவ அப்பா இவளை ஆம்பளை போல வளர்த்துட்டாரு. ஆனா, அதை நானு குறை சொல்ல முடியாது... அதான் என்னை இப்படி பாதுகாத்து ஊரெல்லாம் சுத்தி, உழைக்கறா! உங்களுக்கு உங்க வீட்டில, உங்க இனத்திலே, பணத்தோட, பொம்மையாட்டம் பொண்ணு தேடுவாங்கல்ல?"

அதற்குப் பிறகு பரத் இவளைத் தேடி வரவில்லை... இவளும் அதுபற்றி யோசித்து அலட்டவில்லை என்றாலும் சித்ரா அத்தையின் விலகலிலும் சித்தியின் கை இருக்குமோ என்ற சந்தேகம் உண்டு. தன் அண்ணன் அண்ணிக்கு இடையே தன்னால் பிரச்னை வரக்கூடாதுதென்றுதான் அத்தை பக்கத்தில் ஒரு வீட்டை வாடகைக்கு எடுத்தார்களோ? ஆனால், தூரத்து உறவிலிருந்து ஒருவர் கோகிலத்தை இரண்டாம் தாரமாய் பரிந்துரைத்தபோது, அத்தை சொன்னர்தான்.

"விசாரிப்போம்ணா - செங்கல்பட்டிலே ஒரு சின்ன துணிக்கடையில் வேலை பார்க்கும் பெண்ணாம் - அக்கம்பக்கம் கடையின் மற்றவங்களிடம் விசாரிச்சால், குணம் எப்படின்னு பிடிபடும்ல?"

                                                          மறுபடி மழையென

"வைபவி அம்மாவைக் கட்டும்போது, நம்ம அம்மா, அப்பா அப்படி ஏதும் விசாரிச்சதாய் நினைப்பில்லையே சித்ரா! என்ன குறைஞ்சு போச்சு... அவ ஆயுசைத் தவிர?"

"ஆயுசு எவ்வளவுன்னு யாருக்குத் தெரியாதுண்ணா - பன்னெண்டு வயசு பெண் குழந்தையை அண்ணி மனசு வந்தா விட்டுட்டுப் போனாங்க? நான் சொல்றது குணம் பற்றி கேட்டுத் தெரிஞ்சுக்கலாம்னு. தவிர, அண்ணி உன்னைக் கல்யாணம் பண்ணினது இருபத்தி மூணு வயசுப் பெண்ணாய்... இந்த கோகிலத்துக்கு முப்பத்து ஆறு முடிஞ்சாச்சு - இத்தனை காலம் ஏன் கல்யாணமாகலைலன்னு...'

"அவங்கப்பா குடிகாரராம் - சொத்து, ஏன் வீடும்கூட கிடையாது.

இல்லைன்னா ஏன் எனக்கு இரண்டாம் தாரமாகணும்? நான் சம்மதிச்சதுக்குக் காரணம் வைபவி... நீயுந்தான். சின்னவளைக் கவனிச்சுக்க ஒரு சின்னம்மா வந்தால், நீ நிம்மதியா புகுந்த வீடு போவில்லடா சித்ரா? உன்னைத் தேடி உன் அருமை புரிஞ்சவராய் மாப்பிள்ளை வந்தாச்சு - முப்பத்தாறு வயசுங்கறதாலதான் எனக்கும் பொண்ணு ஒத்து வரும்னு பட்டது. இளவயசுக் குமரியைக் கல்யாணஞ் செய்தால் கேலிக் கூத்தாயிடும்ல?"

அப்பா சகலத்தையும் நேர்மையாகவே செய்தார். சந்தேகங்களுக்கு இடந்தராத நேர் மனசு. கல்யாணமாகி அத்தையும், மாமாவும் இவர்களுடன் தங்கினதுகூட தனக்கு வசதிதானே என்று கெத்தாய் நிற்காதவர்.

"பிறந்த வீட்டிலேயே நீ இருந்தால், உன் புகுந்த வீட்டில எரிச்சலாவும் சித்ரா. மாப்பிள்ளை வீட்டாரோடு பிரிவினை அதிகரிக்கும். புருஷனோட தங்கி, பிறகு மெள்ள அவரோட அவங்க வீடு, விசேஷம்னு போனால்... சகஜமாயிடும்" என்று அப்பா சொன்னதை இவளும் கேட்டதுண்டு.

அந்நேரம் அப்பாவின் மீது கோபந்தான்... ஏனெனில் அத்தை மணந்த சிகாமணி மாமாவையும் இவளுக்கு மிகவும் பிடித்திருந்தது. பெரும்பாலும் நோயாளியாகவே

பார்த்த தாயை இழந்ததைவிட, தங்களது வீடு மறுபடி பேச்சும் சிரிப்புமாய் மாறிவிடாதா என்ற ஏக்கம்... ஆனால், அத்தை மாறிவிட்டிருந்தார். பக்கத்து வீட்டை வாடகைக்கு எடுத்ததும்கூட பரவாயில்லை. இவள் சதா அங்கேதான் இருந்தாள். ஆனால், அத்தையின் முக மலர்ச்சியும் கொஞ்சலும் குறைந்ததன் காரணம் தெரியவில்லை...

"விவரமில்லாமல் நாந்தான் அண்ணன் கலியாணத்துக்குப் பச்சைக்கொடி ஆட்டினேன், பவி... இனி சிவப்பு கொடியை எடுத்தாலும் பிரயோஜனமில்லை" என்று சொல்லியதுண்டு.

ஆனால், அத்தையோடு தங்கிப் பழகிய சமையலும், வீட்டு வேலைகளும்தான் இன்று வரை பெரிய உதவி. அத்தை இனி காசோ, மற்ற உதவிகளோ செய்யவே வேண்டாம். முன்பு போல தன்னிடம் பேசி சிரித்தாலே போதும். பெரிய தெம்பு அது. சிகாமணி மாமாவிற்கு நேர்ந்த விபத்துதான் அத்தையின் சுபாவத்தை மாற்றியதா... இல்லை அதற்கு முன்பே அத்தை ஏன் மாமாவும்கூட ஒதுங்கிக்கொண்டார்கள். அவர்களின் இரு குழந்தைகளையும் கூடதான் ஆசைத் தீரக் கொஞ்சியதில்லையே...

இப்போதும் கூட போகலாம்தான்...

"அண்ணியை கவனிக்க வேண்டிய கடமை நமக்கிருக்குது பவி... நானும் புகுந்தால் சரிவராது. எனக்கும் இங்குள்ள பொறுப்புகளே பொதி பொதியாய் இருக்குதே" என்றதோடு "வா" என்றே வாய் திறக்காத இடத்திற்கு அது பிரமாதமான பூம்பொழிலாய் இருந்தாலுமே கூட போக கால் கூசியதுதான்.

ஆக இப்போது உறவு என்று மிஞ்சியது கோகிலா சித்தி மட்டும்தான்... எப்படியிருந்தாலும் தனக்கான ஒரே பிடிமானம்... அலுங்காமல் கடையில் போய் இறங்கியவளை நேரே தன் அலுவலகத்திற்குள் அழைத்துப் போனான் வினய். மற்ற ஊழியர்களின் வாய்க்குத் தான் பெரிய அவல் உருண்டைகளைத் தந்தது. இவளுக்குத் தெரிந்தாலும், தவிர்க்கும் வழி தெரியவில்லை. மேஜையின் மீது ஒரு சாவிக்கொத்தை வைத்த இவளது ஜூனியர் பாஸ் - "உடனே வீடு மாற்றிடுங்க... இது அடுத்த பில்டிங்கில்

மறுபடி மழையென

நாம் தேவைக்கென எடுத்திருந்த ஃப்ளாட்டின் சாவி - பாதுகாப்பானது. நடந்தே வர்ற தூரம் - வேலைக்கு வசதி" என்று சொல்ல, மறுபடி அதிகம் யோசிக்காமல் தன் அடுத்த முடிவை எடுத்தாள் வைபவி.

———◦◦———

அத்தியாயம் 6

'எல்லா அறிவுரைகளின் பின்பும் இருப்பது இரண்டே அர்த்தங்கள்தான். ஒன்று அக்கறை - மற்றொன்று பொறாமை.' முதலாளி தன் மீது பொறாமைப்பட காரணமேயில்லை.

ஆக அவரது அக்கறையான உதவியை மறுப்பானேன்? அழகாய் உடுத்தி, அலுங்காமல் தான் வந்திறங்கிய கார் பயணமும்கூடதான் உடனடியாய் வினய்யின் பேச்சைக் கேட்க காரணமோ? இல்லை... அதைவிட முந்தின இரவுகளின் திகில்தான் தன்னை நன்றியோடு சம்மதிக்க வைத்தன. நேற்றிரவு உதவிக்காக தன் மனம் அலைபாய்ந்து தவித்த சமயம் வந்த வினய்யின் அழைப்பு, தேவகரம் போலல்லவா நிம்மதி தந்தது...

தவிர, வைபவியை அழைத்துப் போக வந்த உயர்ரக வாகனத்தைப் பார்த்து ஆச்சர்யமாய் அகண்ட சித்தியின் கண்களில் நிச்சயம் பயமும் இருந்தது. ஏறி குதித்து கதவைத் தட்டும் குடிகாரர்களைப் பற்றிய பதற்றம் அது. தங்களின் அவசரத்திற்கு வேறு வீடு உடனே அமையுமா? அங்கேயும் வேறு பிரச்னைகள் இல்லாமலா போகும்... என்றெல்லாம் விசாரங்கள், நாய் 'பரபர' வென்று மணலில் குழி பறிப்பது போல இவளுக்குள்ளே, புழுதி பரத்தின. அந்தப் பயப்புழுதி அடங்குவதற்கான தீர்வு, முதலாளி நீட்டிய சாவியில் இருக்க, அதைமறுப்பது முட்டாள்தனம் இல்லையா? ஏற்றுக்கொண்டால் வீடு தேடும் அவதியில்லை போகவர, நேரும் அலைச்சலில்லை. முக்கியமாய் பாதுகாப்பும்கூட.

சித்தியும்கூட வீட்டிலேயே அடைந்திராமல், கடைத்தெருவில் நடந்து, தனக்குத் தேவைப்பட்டதை சாப்பிட்டு விட்டும்கூட திரும்பலாம். தன் வேலை நிம்மதியாய் தொடரும். இதுவரை தன்னுள் தடையின்றி பெருகிய கற்பனையும், அதை கான்வஸில்

கொண்டு வரக்கூடிய வித்தையுள்ள விரல்களும் பெரும் பலம்... ஆனால், வாழ்வு போராட்டத்தில் அவை சிதைந்து விட்டால்...?

நேற்றிரவு 'பேசி' மூலம் வினய் தந்த குறிப்புகளைப் புத்தி அசை போட்டிருந்தாலும், இன்று நிம்மதியான கார் பயணத்தின்போது, அவை எத்தனை லகுவாய் சிந்தனையில் வரிசைகட்டின! பளீர் நிற சுவர்களில், இசை சம்பந்தமான கறுப்பு வெள்ளைப் புகைப்படங்கள் என்ற ஆரம்பப் புள்ளி, விதவிதமாய் விரிந்தது. சுவரில் இரு இணை வர்ணங்களை சதுரங்களாக்கினால் மேலும் சுவாரஸ்யப்படும். அவற்றின் ஊடாய் புகைப்படங்கள் கச்சிதமாய் பொருந்தும்...

கற்பனைகளின் தீவிரத்துடன் கடைக்குள் நுழைந்ததும் அங்கு கிடைத்த உதவி கரத்தை இயல்பாய் பற்றிவிட்டாள்.அல்லது ஒரு மணி நேர சொகுசு சவாரி தன்னை எதிருள்ள சவால்களை எதிர்நோக்க விடாமல் சரித்திருந்தனவா?

"என் ஆபீஸை ஒட்டிய கேபின்கம்ப்யூட்டரைநீங்க இப்போயூஸ் பண்ணிக்கலாம்" என்று ஜூனியர் சொல்ல, தன்னுள் முட்டிய கற்பனைகள் மழுங்குவதற்குள் அவற்றைப் பதிவு செய்துவிடும் வேகத்துடன் வேலையில் இறங்கினாள் வைபவி.மூளையும் கண்ணும் விரல்களும் தாங்கள் தேடியதை பொறுக்கிக் கோர்க்க... வேலை அம்சமாய் ஆரம்பமானது.

"மேம்..."

இவளது பார்வை மட்டுமே துளி அசைந்தது. "சீஸ் டோஸ்ட் - ஹாட் சாக்லேட் சாப்பிட்டிருங்க" என்று விட்டு ஓட்டுனர் சஞ்சித் வெளியேற, தன் பசி புரிந்தது. காலையில் வயிற்றுக்குத் தந்தது வெறும் காபியும் இரு பிஸ்கட்டுகளுந்தானே... சாப்பிட்ட பின் வேலை மேலும் சுறுசுறுப்பானது.வேறு யாரும் அந்த கேபினுக்குள் வராததால் வேலை முழுமையையும் எட்டியது. இனி கஸ்டமரின் விருப்புகளுக்கு ஏற்ப சில திருத்தங்கள் நேரலாம்...

மெல்லிய கதவுதட்டலுடன்உள்ளேநுழைந்தவனைக்கண்டதும் எழுந்து நின்றாள்.அவன் கை கணினியைக் காட்ட, அதில் தன் வேலையை விவரித்தவளை நெருங்கி நின்றான். அவன் ஆர்வம்

சிறு திரையில் பதிந்திருந்தாலும், இவள் முடிந்தவரை விலகி நின்றாள். இருந்தும் பக்கம் பக்கமாகவே நிற்க நேர்ந்தது. பென்ஸ் காரினுள் மிதந்த அதே மணம், இப்போது மேலும் அழுத்தமாக, அவனிடமிருந்தது. ரேடியோவின் ஒலி அளவைக் குறைப்பது போல, தன் மூச்சை அடக்கியவள் குனிந்துகொண்டாள்.

"எல்லா கலர் ஆப்ஷனுமே வித்தியாசமாய், கவர்ச்சியானவை. இதை எதிர்பார்த்துதான் நான் உங்களிடம் இந்த வேலையைத் தந்தேன்" என்றபடி வேறு சில சந்தேகங்களைக் கேட்டவன், இவள் பதில்களில் திருப்தியாகி,

"வொண்டர்ஃபுல்" என, நன்றி தெரிவிக்கத்தான் வேண்டியிருந்தது.

அதை குனிந்தபடி சொல்லி தரையில் வடியவிடுவது மரியாதை இல்லை - ஆக நிமிர்ந்தவளுக்கு அது ஒரு இதமான ஆச்சர்யந்தான்.

'எல்லா ஆம்பிளைகளையும் நீ குனிஞ்சு பாக்கறது போலத்தான் இருக்கிறான்' என்று கோகிலா சித்தி சொல்வதற்கு மாறாக, இவரைச் சற்று மோவாய் உயர்த்தியே பார்க்க வேண்டியிருந்தது. அத்தனை நெருக்கத்தில் அச்சிறு அறையின் தனிமையில் வினய்யைப் பார்த்த கணம்... அதுவரை இயந்திரமாய் இயங்கியவளை புரட்டிப் போட்டதை, பதற்றத்துடன் அவள் மனம் குறித்துக்கொண்டது!

இதுவரை தெளிவான தன்னில், சமீபத்தில் கேட்ட பெண்களின் வம்புப் பேச்சு, நிச்சயம் கல்லெறிந்திருந்தது. வீட்டில் முந்தின இரவுகளில் மோதிய கல் ஏற்படுத்திய அதிர்வைப் போலவே... இதனால் தன் பாதை தடம் மாறிவிடுமோ?

வேறு வீடு தேடுவது போல... புதுப்பாதையில் புகுந்துவிடுவேனோ?

"என் ஃப்ரெண்ட் சந்துரு போன் பண்ணினான் - லேட் ஆகிடுச்சுன்னு - உங்களைப் பற்றி நான் வேற மாதிரி சொல்லியிருக்கேன்..."

இப்போது வைபவியின் விழிகள் கேள்வியுடன் அவனைத் தொட்டன...

     மறுபடி மழையென

"ம்க்கும்... அதாவது... நீங்க சமீபமாய் வேலைக்குச் சேர்ந்த பெண் என்று சொல்லாமல், சீனியர், எக்ஸ்பெர்ட்னு சொல்லியிருக்கேன். இல்லைன்னா சந்துரு மாதிரியான பெரும்புள்ளிகளுக்குத் திருப்தி வராது... உங்க கருத்தை அவர் மதிச்சு கேட்கணும், எடுத்துக்கணும் இல்லையா?"

இதற்குப் பதிலளிக்க அவசியமில்லை என்பது போல நின்றாள். அவர் பொய்யில் தான் ஏன் பங்கு போட?

"சந்துருவின் வைஃப்பும் கூட வர்றதால்தான் இந்த தாமதம் - லீனா என்னைப் பெயர் சொல்லி கூப்பிடறது போல... நீ... நீங்களும் என்னிடம் பேசிப் பழக, சூழல் இயல்பாய் இருக்கும்."

இவளிடம் இம்முறை வினய் சிறு புன்னகையைச் சேர்த்து இதைச் சொல்ல, ஏற்கெனவே மிக மெல்லியதாகி விட்டிருந்தவளின் மூச்சு, மேலும் ஒடுங்கியது.

"இப்படி நம்மைக் காக்க வைப்பதற்கு சந்துரு ஒரு 'ஸாரி' சொல்வானாங்கறதும் சந்தேகந்தான் - அதுவும் அவன் பந்தாவின் ஒரு பக்கம்..."

மரியாதை நிமித்தம் வைபவி சிரிக்க முயன்றாள்.

"காத்திருப்பது ரொம்ப கஷ்டம்... ஒருத்தரை சோர்வாக்கிடும். நாம் தேடி நிற்பது வருமோ வராதோ என்ற பயமும் சேர, கடும் அனுபவம் அது..."

இப்போது அவன் பேசியது வேலை சம்பந்தமாய் அல்ல... எதற்காக அதைச் சொன்னான் என்ற குழப்பத்தில், மொட்டுவிட ஆரம்பித்திருந்த தன் முறுவலை மடக்கி வைத்தாள். அவர்களிடையே ஒரு அசௌகர்யம் வந்து புகுந்துகொண்டது. வெகு உரிமையாய் ஜூனியர் முதலாளி தந்த வீட்டை, தான் வெகு இயல்பாய் ஏற்றுக்கொண்டால்தான் அவரது பேச்சு இப்படி விஸ்தீரித்திருக்கிறதோ? பசியின்றி பாதுகாப்பாய் வாழ்வு இருந்தால் போதும் என்றிருந்த தான் பவுசைத் தேட ஆரம்பித்ததால், ஏதோ ஒரு பங்கம் ஏற்பட்டுக்கொண்டிருக் கிறதோ? 'வீட்டில் பெரியவங்க உண்டு சார். அவங்களிடம் கேட்காமல் நான் வீடு மாறுவது பற்றி ஏதும் முடிவெடுக்க முடியாது' என்று இப்போதேனும் சொல்லி விட்டால்...? மறுக்க

இவள் வாயெடுத்த அதே கணம், ஜூனியரின் அலுவலகத்தை அடுத்திருந்த இவர்களின் கேபினின் கதவு திறக்க, தலை நீட்டினார்கள் அந்தத் தம்பதி... மலர்ந்த முகங்களுடன்.

தட்டு நிரம்ப வந்த முறுக்கு, அதிரசமெல்லாம் வேகமாய் காலியானாலும், நொறுக்குவதற்கு தவிர, வீட்டின் வெளியே, மரத்தடி நாற்காலிகளில், உட்கார்ந்திருந்த ஆண்களுக்கு வாய் திறக்க வாய்ப்பில்லை.இளையவன் ஒருவன் ஒலிபெருக்கி பொறுப்பிலிருந்தவனிடம் போய் பேச, அதன் அலறல் சற்று கம்மியானது.இசைதான் என்றாலும் அது இரைச்சலாக, அவஸ்தையாகிவிடுகிறது.

"விடுல... தோ காபியும் வந்திருச்சு. குடிச்சுட்டு நாம கிளம்ப வேண்டியதுதான்? வளைகாப்பெல்லாம் பொம்பளைங்க விசேஷம்... நாம வீட்டுள்ளார எட்டிப் பாக்கக்கூட தேவயில்ல." கும்பலில் காலாட்டியபடி அமர்ந்திருந்த ஒருத்தர் கிளம்பத் தயாரானார்.

"பெரிய நகை, கனத்த பட்டை எல்லாம் நம்ம வீட்டு அம்மாக்கள் கல்யாணத்தப்பதான் போட்டு ஊர்கோலம் போவாங்க. வாங்கற மத்த புடவை, டிஸைனு நகைகளை போட்டுட்டுப் போவ விசேஷம் வேணும்ணு பொம்பளைங்க செய்த டெக்னிக் அண்ணே இது - நவராத்திரி, பெரிய மனுஷியான சடங்கு, வளைகாப்புன்னு..."

அது நிஜம்தான் என்பது போல, சின்ன ஜரிகை ஓடிய செளகர்ய பட்டுக்களுடன், கைகளில் கலகலத்த புது கண்ணாடி வளையல்களுக்குப் போட்டியாய் சளசளத்துக்கொண்டிருந்தார்கள், வீட்டில் கூடியிருந்த பெண்கள். கலந்த சாத வகைகளோடு சந்தனமுமாய் சேர்ந்த மணம் வீடு முழுக்க பரவியிருக்க, ஆண்களற்ற சூழலில் பெண்களின் கிண்டல் பேச்சும் சிரிப்பும் தூக்கலாய் சிலும்பியது.

"முத பிறக்கறதே பிள்ளையா இருந்துட்டா பிரச்னையில்ல" ஒரு பெண் அபிப்ராயப்பட, மற்றொரு பெண் முகம் கோணினாள்.

"ஏனாம்?"

மறுபடி மழையென

"ரெண்டாந்தரம், 'திக்திக்'குனு வயித்தை இவ சரிச்சுட்டு காத்திருக்க வேணாம்ல?"

"அதெல்லாம் நம்ப கையிலயா இருக்கு?"

கழுவிய வெற்றிலைகளை ஈரம் போக உதறி, தாம்பாளத்தில் அடுக்கிய பெண்ணொருத்தி சலித்தாள். பெண்ணின் சித்தி அறிவித்தாள்.

"நா ஆத்தாட்ட வேண்டியிருக்கேன்..."

"அது சரி ஆம்பளப் பிள்ளைய கேட்டு கும்பிடறது ஆத்தாளையாக்கும்?"

பாக்கு பொட்டலத்தை விசிறி போல அடுக்கப்பட்ட வெற்றிலையின் மையத்தில் வைத்த மற்றொரு பெண் நொடித்தாள்.

"அதான... ஆனா, காலமும் மாறிட்டே போவுது - இப்ப பொம்பளை ராஜ்யந்தான். பசங்க பம்மி கிடக்கறானுக."

"அதுவுந்தானே பாக்கறோம் - நல்லபடி குழந்த வரட்டும் - வளரட்டும்." புஷ்பா கைகுவித்து சொல்ல,

வளைகாப்பிற்காய் அழைத்த கர்ப்பிணியின் தாய், வந்தவளின் கரத்தைப் பற்றிக்கொண்டாள்.

"உங்க தம்பி வீட்டுக்கு பூம்பொழிலு போறேனீக? சட்டுனு வச்ச ஃபங்ஷனுதான் - ஆனாலும் நீங்க வராத சபை நிறையாதுல்ல புஸ்பாக்கா?"

"வரலைன்னா அம்மா உங்களைத் துவைச்சு எடுத்துருப்பாங்க." விழா நாயகி செல்லமாய் மிரட்டினாள்.

"தெரியும்டீ... நா பார்க்க வளந்த பொண்ணுல்லையா நீ? எதிர் வீட்டு விசேஷத்துக்கு வராம, வேத்தூர் போக முடியுமா நானு?"

"அதான... அதுவும் உங்க சித்ரா, உங்களை ஒரு குத்தஞ் சொல்லப் போறதில்ல... பிறவென்ன?"

"அவ எங்க இருவதாவது கல்யாண நாளுக்கு செஞ்சு தந்ததுதான் இது..." புஷ்பா தன் கழுத்து நகையை வருட, மற்றவர்கள் ஆர்வமாய் விசாரித்தார்கள்.

"வந்ததுமே கேட்கணும்னு நினைச்சேன்க்கா - அரக்கு பாசியும் தங்கமுமா உங்க உள்ளங்கழுத்து சரம் கண்ணைப் பறிக்குது."

"பாசி இல்லடி - கார்னட்டுனு ஒரு வகை ரத்தினமிது. ஒரு பவுனுதான் தங்கம்... பொன்பூவும் குமிழுமாய் கலந்து கட்டினதுல அம்சமாயிருக்குது. கெட்டிக்காரி."

"நீங்க தேடினாக்கூட உந்தம்பி சிகாமணிக்கு இப்படி ஒரு பெண்டாட்டி அமைஞ்சிருக்காது. நல்லபடி ரெண்டைப் பெத்தெடுத்துட்டாளும்கூட."

"அது பெரும்பாலும் எல்லாப் பொண்ணுகளுக்கும் அமையறதுதான...? எந்தம்பி ஆக்ஸிடெண்டிற்குப் பிறவு அவ காட்டுன தைரியம், பொறுமை எல்லாம் ஆச்சர்யந்தான். சித்ரா புலம்பியோ பயந்தோ பார்க்கலையே நாங்க..."

"குணத்தோட, கெத்தானவ... ம்ம்? அதான் உங்க வீட்டு சம்மதம் கிடைக்காமலும், துணிவாய் சிகாமணியக் கட்டிகிட்டா."

"அவன் ஆசைப்பட்டதுல, எங்கம்மாக்கு ரொம்ப ஆங்காரம் - போலியோ பாதிச்ச பொண்ணுனதும் எனக்கும் பிடிக்கலைதான். ஆனா, இப்ப தம்பி படுத்த கிடையா ஆகிட, அவதான் வீட்டோட, தோப்பு துரவெல்லாம் கருத்தாய் கவனிக்கறது. பிள்ளைகளையும் அத்தனி தெளிவா வளக்குராங்கறேன்..."

முழங்கை வரை பற்பல வர்ணங்களில் வளையடுக்கியிருந்த அன்றைய நாயகி, ஆசையாய் வந்து புஷ்பாவின் கழுத்து நகையைத் தடவினாள்.

"ம்மா-ஒரு பவுனாமில்ல? எனக்கும் ஒன்னு செஞ்சுதாங்களேன்... பிறக்குற பிள்ளைக்கு வளையெல்லாம் வேணாம்..."

"சரிடி... நீ போய் படுத்து ஏந்திரி... காலு வீங்குனது போலிருக்குது - போ."

                    மறுபடி மழையென

மகள் விலக, இவர்கள் பேச்சு தொடர்ந்தது.

"சிகாமணிக்கு என்னாச்சுக்கா? ஆக்ஸிடென்ட்டு ஆயி ரெண்டு வருஷமிருக்குமில்ல?"

"ஆயிடும்... காலம் யாருக்குன்னு நின்னு பாக்குது? தம்பி உடம்பு தேறிடுவான்னு காத்திருந்ததெல்லாம் வீணுதான்... இடுப்பு நரம்புக சேதமாயிருச்சு... ஏதோ கெந்தி நகரலாம்... ஆனா, பய வாழ்வு போச்சு - போ!"

புஷ்பாவின் கண்களில் நீர் கோர்த்தது.

"பைக்குல 'சல்'லுனு எந்நேரமானாலும் பக்கத்து ஊருக்கெல்லாம் வேலை நிமித்தமாய் போயி வர்றவந்தான். ராத்திரி அப்படி ஊர் திரும்பற நேரம், அப்படியாயிடுச்சு. மன்ரோட்டின் ஒரு பக்கமாய் நின்ன மாட்டை கழுத்துல நீள கயித்தோடு விட்டிருக்காங்க... யாரோ ஒரு புத்திசாலி! கயிறு எதிர்புற மரத்துல சிக்கி, பாதை ஊடால ஓடுனது இவங் கண்ணுக்குப் புலப்படல..."

"த்சொ... கெட்ட நேரங்கறது அதுதான்?"

"வேகமாத்தான் போனானோ ஏதோ... மறிச்ச கயித்துல மோதி தடுமாறினவன் உருண்டு, பிசகாய் விழுந்துட்டான்."

"ஒரு நொடியில வாழ்க்க மாறிப் போயிடுதேக்கா..."

"தம்பி வாழ்வு முடிஞ்சது போலத்தான். ஆனா, சித்ரா நல்லபடியா எடுத்து நடத்துறா. அதான் நானும் அடிக்கடி அவுகளப் போய் பாத்துட்டு வர்றது."

"நா இருக்கேன் உந்துணைக்குன்னு ஒரு கைத் தர்றாப்பல...?"

"அதுக்குத்தானே உறவுன்னு நாம ஒருத்தருக்கொத்தர் இருக்கது? எங்க வீட்டார் தம்பிக்குப் பையன் பிறந்ததுமே போய் சேந்துகிட்டோம்... ஆனா, சித்ராக்குத்தான் அவ பிறந்த வீடு இல்லாம ஆயிடுச்சு."

"அம்மா இல்லாத பொண்ணு - பிறவு அவ அப்பாவும் போயாச்சுல்ல?"

"அண்ணம் மக உண்டு - வைபவின்னு. அவ கிட்டேயும் ஒட்டாதவே சித்ரா நின்னுக்கறா... ஏதோ விஷயம் இருக்கணும். ஆனா, நாம அதிகம் கேட்டுக்க முடியாதுல்ல?"

"உங்களுக்கு இல்லாத உரிமையா, உறவா, புஸ்பாக்கா?"

- கொம்பு சீவ முயற்சித்தாள் மற்றொருத்தி.

"யோசிச்சா, எந்தம்பிதான் முதல்ல மாமனார் வீட்டிலேருந்து ஒதுங்கினது. சித்ரா பாவம்... மறுப்பு சொல்லாம புருஷன் மனசுப்படி நடக்குறா. ஆனா, எல்லாத்துக்கும் ஒரு காரண காரியம் இல்லாமலா போகும்? போகப் போக வெளிச்சத்துக்கு வருந்தானே?"

இலை போடப்பட, சாப்பிட எழுந்தார்கள் அத்தனை பெண்களும்.

⸻◦⸻

 மறுபடி மழையென

அத்தியாயம் 7

அத்தனை பிரகாசமான சிரிப்புடன் இருவரைப் பார்த்ததும் வைபவி இருந்த சூழல் இளகியது - சூரிய ஒளியில் கரையும் பனி போல.

"ஹாய் வினு - லீனாவும் என்னோட வர்றேனதால், டிலே ஆயிடுச்சு" என்று வினய்யிடம் கண்சிமிட்டலோடு பேசியவன்,

"உங்களைக் காக்க வைத்ததற்கு மன்னிக்கணும்" என்றான் வைபவியிடம், இதமான ஆங்கிலத்தில்.

"பரவாயில்ல சார் - நான் ஓரளவு படங்களைத் தயார் செய்ய அந்த நேரம் உதவியாய் இருந்தது. இவை உங்களுக்கு ஏற்றதாய் இருந்தால் மகிழ்ச்சி" பணிவாய் புன்னகைத்தாள்.

"ஷ்யூர்... நான் சந்துரு – என் வைஃப் லீனா."

கைகுவித்தவள், "நான் வைபவி" என்பதோடு நிறுத்திக்கொண்டாள். வினய் தேசிகன் இவர்களைப் பற்றி ஓரளவு விவரம் சொன்னதைப் பகிராமல், அவர்களுடன் சமதையாய் ஆங்கிலத்தில் பேசுவதையும் தவிர்த்தாள்.

"உங்களுக்கு குடிக்க, என்ன எடுத்து வர... டீ அல்லது குளிர்வாய் ஏதும்?"

நான்கு பேர் நின்றதில் இடம் மேலும் அடைசலாய் தோன்ற, வைபவி அங்கிருந்து கிளம்ப முயன்றாள்.

வந்தவர்களுக்கு இடமளிக்கும் வித்ததில், வினய் மேலும் இவளை நெருங்க, மூச்சடைத்த உணர்வு... அவன் மேலிருந்த மணம் தன்னை இறுகத் தழுவ, தடுமாறினாள்.

"அதை நான் ஏற்பாடு செய்றேன் வைபா - நீங்க உங்க வேலையில் மூழ்கலாம்" என்றபடி வினய் தேசிகன் தன் அலுவலகத்திற்கு நகர, இவளுக்கு மேலும் திணறியது.

சுருக்கி, வெகு இயல்பாய் தன் பெயரை, தன் பாஸ் சொல்ல, ஏற்பட்ட திகைப்பு அது!

முதன் முறையாய் தன் பெயரைச் சொன்னவர், அதைச் சுருக்குவானேன்? தன் பெயர் அவருக்குத் தெரியும் என்றும்கூட இதுவரை தான் அறிந்ததில்லை.

கணினியில் வைபவி உருவாக்கிய படங்களை அதற்குள் பார்க்க ஆரம்பித்திருந்த, கணவனும் மனைவியும் வேறு உலகத்துள் போய்விட்டிருந்தார்கள்.

"வெரி யுனீக்... ஐம் கிளாட் ஐ கேம் அலாங், சந்துரு" என்ற லீனா குனிந்து திரையில் தெரிந்த படங்களில் மேலும் ஐக்கியமானாள்.

"யு ஆர் குட், வைபா - எக்ஸ்ட்ரீம்லி குட்!" பாராட்டியவள், "சந்துரு என்னை அவர் இசை உலகில் சேர்ப்பதில்லை... ரிகார்டிங் ஸ்டுடியோவின் அமைப்பிலேனும் என் பங்கு இருக்க வேணாமா? அதுவும் வினு, உங்களைப் பற்றி சொன்ன பிறகு, ஒதுங்கியிருக்க முடியுமா என்னால்?" ஒரு குழந்தையின் குதூகலத்துடன் பேசியவளிடம் பதில் பேச தெரியாமல் நின்றாள் வைபவி.

"ஒரு ஆணுக்கு இத்தனை கலர் கலராய் கவர்ச்சியான ஆபீஸ் ரூம் தேவையில்லை... ஆனாலும் ஒரு கலைஞனுக்கு இந்த அமைப்பு பொருத்தம்தான்."

இவளைப் பாராட்டிய லீனா, மறு அறைக்கு கேட்கும் வகையில் தன் குரலை உயர்த்தினாள்.

"தாங்கஸ் வினு... ஷி ஹஸ் டன் வெல்!"

"உங்களுக்குப் பிடிக்கும்னு எனக்குத் தெரியும் லீனா."

இளஞ்சிரிப்புடன் கலந்து வினய்யிடமிருந்து பதில் வந்தது. மேலும் சிலவற்றைப் பேசி, மாற்றி அமைப்பதில் நேரம் பறந்தது.

                    மறுபடி மழையென

இவர்களை ஒரு எட்டு பார்க்க வந்த சீனியர் மிஸ்ராவிடம் லீனா அதே உற்சாகத்துடன் பேசினாள்.

"அங்கிள், சரியான ஆட்களைக் கூட்டு சேர்ப்பதில் நீங்க கிங்! மூணு வருஷம் முன்னே வினுவோடு சேர்ந்து கடையை விஸ்தரிச்சீங்க - இப்போ வைபவி - வெரி ஸ்மார்ட் ஷி இஸ்!"

"எல்லாம் பெர்னாட் ஷாவோட தயவுதான் லீனா."

"ம் ம்... உங்க மேஜையில் ஷாவின் புக்ஸ் பாத்திருக்கேனே என்ன சொன்னார் அவர்?"

"நாம நம்ட்ட இர்க்கும் ஒரு பழத்தை கைமாற்றினால், ஆள்க்கு ஒர் பழந்தான் இர்க்கும். ஆனா ஒரு புது கருத்தை ஒத்தருக்கு ஒத்தர் பரிமாற, நமக்கு ஆள்க்கு ரெண்டு கருத்து கிடைக்கும்.

சரிதானே அவர் சொன்னது?"

"அறிவுக்கு மட்டுமல்ல, வியாபார வெற்றிக்கான வழியும் அதுதான்." சந்துரு ஒத்துக்கொள்ள, கேட்ட வைபவிக்கு கண்ணைக் கட்டியது.

ஏதோ தன்னையும் இவர்களின் வியாபாரத்தில் ஒரு பாகஸ்தர் போல உருண்ட பேச்சில் இவள் தலை சுழன்றது.

நல்லவேளை இதையெல்லாம் இங்கு வேலை பார்க்கும் பிறர் கேட்க நேரவில்லை.

காலை முதலாளியின் 'பென்ஸ்'ஸில் வந்து இறங்கியதும் தான் நேரே இந்தத் தனியறைக்கு வந்தாகிவிட்டது. மதியம் வரை வெளியே முகம் காட்டவில்லை. இதுவே விதவிதமாய் மற்றவர்களை புருவந் தூக்கி பேச வைத்திருக்கும்.

இனி வெளியே போய் சகஜமாய் தன்னால் மற்றவர்களுடன் வேலை பார்க்கக் கூடுமா?

இது போக இவர்கள் பொறுப்பிலிருக்கும் வீட்டிற்கு இடம் மாறினால்... இதுவரை தனக்கு ஏதும் விகல்பமாய் தோன்றாதபோதே அத்தனைக்கு சுழண்ட நாக்குகள், இனி தன்னை பற்களால் அரைத்து தள்ளிவிடுமே!

சித்தியுமே இதை எப்படி எடுத்துக்கொள்வார்?

லீனா ஏதோ பேச, எதிரிலிருந்தவளை இலக்கின்றி பார்த்திருந்தாள் வைபவி.

"நீங்க உடுத்தும் விதத்திலேயே எனக்குப் புரிஞ்சிடுச்சு வைபா. நமக்குள் ரசனை ஒத்துப்போகும்னு... இதில் ஆச்சர்யம் சந்துருவிற்கும் உங்க வேலை பிடிச்சதுதான்."

ஒட்ட வெட்டிய தன் கூந்தலை நீவியபடி பேசிய லீனா வேலைப்பாடுள்ள வெண்பட்டு குர்தியில் இருந்தாள்.

"நான் கேரள பாணியில் வெள்ளை அல்லது வெளிர் நிறத்தில் சகலத்தையும் அலங்கரிப்பது சந்துருக்கு அலுத்திருச்சு. ஹி நீடட் திஸ் சேஞ்ச்... நீங்க கலர்ஸை கண்ணை உறுத்தாத வகையில் ஆனால் அபாரமாய் யூஸ் பண்ணியிருக்கீங்க...!"

"தாங்க்ஸ்."

புத்தி பிரச்னைகளில் சுழல, வந்த பாராட்டும்கூட இனிக்கவில்லை.

ஆனாலும் அது தொடர்ந்தது

"என்ன நிறம் என்பதைவிட, அது எங்கே பொருத்தமாய் பயன்படுத்தப்படுது என்பதுதானே முக்கியம்? உங்களுக்கு அந்த வித்தை வசமாயிருக்கு வைபா. ஐம் எக்ஸைட்டட் ஏன்னா, ரொம்ப நாளாய் எங்க வீட்டு ஹாலுக்கு ஒரு பெயிண்ட்டிங் வேண்டியிருக்க, அதை உணர்ந்து உருவாக்கும் விரல்களை நான் தேடிட்டிருந்தேன். இப்ப கண்டுபிடிச்சாச்சு!"

லீனாவின் கை, இவளுடையதைப் பற்ற, சந்துருவின் குரல் கண்டித்தது.

"நோ நோ பேபி... உன்னுடைய அஜெண்டாவை' இப்போ என்னுடைய வேலையோடு ஏன் லிங்க் பண்றே, பேபி? நாங்க டெக்கரை ஃபைனலைஸ் பண்ணதும், பெயிண்ட் ஷாப் போகணும்...... பெயிண்ட்டர்ஸிடம் வைபா, தன் திட்டத்தை விளக்கணும் - நீ புகுந்து என் வேலையை டிலே பண்ணாதே ப்ளீஸ்..."

                                        மறுபடி மழையென

லீனாவின் கண்கள், தன் கணவனைக் கெஞ்சலாய் வருடின.

"என் தேவையை நான் சொல்லிட்டா, வைபா மனசுக்குள் சில ஆரம்பக் கோடுகளைப் போட்டு வைப்பாங்க... பிறகு நம்ப வீட்டு வேலையும் விறுவிறுன்னு நடக்கும். ஒரு வருஷமாய் நம் ஹாலின் சுவர் வெறிச்சிடறது... உன் மனசுக்கு உறுத்தலை? எனக்கு வலிக்குது சந்திரு..."

"ஒரு நாளைக்கான யோசனைகளை வைபா முடிச்சுட்டாங்கனு தோணுது லீனா - இன்னும் அழுத்தினால், மூளை கொதிச்சு ஆவியாயிடும்... லன்ஞ் நேரம்கூட தாண்டியாச்சு."

"ஓ அதுதான் எனக்குப் பசிக்குதா. எங்கேனும் நல்ல ரெஸ்டராண்ட் போய் சாப்பிட்டபடி, மீதி வேலையை நாம முடிக்கலாமா?"

'ஷ்யூர்' என்பது போல வினய் தேசிகனின் தோள்கள் அசைய, வைபவியுள் பயக்கயிறு ஒன்று எம்பி அவள் கழுத்தைச் சுற்றியது... அந்த அழுத்தம் -

'ஆபத்து - உடனே ஒதுங்கு' என்று தன்னை எச்சரிப்பதை உணர்ந்தவள். அதை எப்படி செய்யலாம் என்று தன் புத்தியை விரட்டினாள்.

எந்த வகையிலும் தங்களுக்கு சமதையில்லாத தன்னை ஏன் இத்தனை சிநேகத்துடன் நடத்துகிறார்கள் - இவர்கள். அதுவும் சந்தித்த சில மணி நேரங்களில்?

கரிசனையாய் விரியும் கண்ணிகளைப் பற்றி அறியாதவளல்ல, வைபவி.

சிறு தொழில்சாலைகளில் அல்லது கட்டுமானங்களில் உழைக்கும் பல இளம் பெண்கள் சூபர்வைஸரின் துளிப் பரிவில், தடுமாறி தவறுவதைப் பார்த்திருக்கிறாள்.

'முகம் வாடினாப் போலிருக்கே - என்ன?'

அல்லது 'சாப்பிட்டாச்சா?' என்று அவன் கேள்வி போதும் - வாடிக் கிடக்கும் பெண்களுக்கு!

நோயாளிக்குள் சொட்டு சொட்டாய் இறங்கி தெம்பு மீட்கும் மருந்தாகி, நிமிர்ந்துவிடுவார்கள்... ஆனால், பிறகு முழுக்க அழிந்து போகும் அதே அவலத்தில் தானும் தற்போது நிறுத்தப்பட்டிருக்கிறோமோ?

வந்த முதல் நாளிலிருந்து பரபரப்பாய் இன்று வரை, விதவிதமாய் காட்சி மாறும் நாடகம் போலிது - விவேகம் உள்ளவள், 'சட்'டென வெளியே வந்துவிட வேணும் -

"ஸாரி... என்னால்..." தன் மறுப்பைத் தெரிவிக்க இவள் வாய் திறந்த அதே நேரம் லீனாவும் பேசினாள்.

"இங்கேயே சாப்பிட்டால் என்ன? அலைச்சலும் அதற்கான நேரமும் மிச்சம்."

அனுமதி கோருவது போல வினய் இவள் பக்கமாய் திரும்ப, வைபவி கண்ணியமாய் குனிந்தாள். தன் வரைபடத்தில் சில மாற்றங்களைச் செய்தவளிடம் லீனா பேச்சு தந்தாள்.

"ஆண்கள் இதோடு இன்னுமொரு வேலையைக் கவனிக்கப் போயிருக்காங்கன்னு தோணுது. கிடைச்ச நேரத்தை 'மிஸ்' செய்வானேன். நம்ப பெயிண்ட்டிங் பற்றி பேசலாம், வைபா" என்றவள் மறுபக்க அலுவலக அறைக்கு இவளை அழைத்துச் சென்று, வசதியாய் உட்கார வைத்தாள்.

வேலை சம்பந்தப்பட்ட பேச்சு, என்பது மற்றவளை ஆணி அடித்து வைக்க, நகர முடியவில்லை.

"எங்களில் ஒருத்தர் கிறிஸ்டியன் மற்றவர் ஹிண்டு, வைபா. யார் எந்த மதம் என்பதை மறக்குமளவில் நாங்க இதுவரைக்குமான தாம்பத்யத்தில் ஒருவரை மற்றவர் புரிஞ்சு, மதிக்கிறோம். சந்துருவின் வீட்டை சற்று மாற்றி அமைத்ததில் வரவேற்பு பகுதியில் ஒரு சுவரைஓவியத்திற்காய் ஒதுக்கினேன். பொதுவான ஒரு ஓவியம் - கொண்டாட்டமாய் அதை நிறைக்கணும்..."

சம்பாஷணையில் ஒதுங்கியே நிற்க முடிவெடுத்திருந்த வைபவியின் வாய் படைப்பாளியின் ஆர்வ மிகுதியில் திறந்தது.

"பொங்கல் ஸீன் சரிவருமா மேம்? தமிழரின் பண்டிகை, கலர்ஃபுல்லும்கூட..."

     மறுபடி மழையென

"எக்ஸாக்ட்லி" மற்றவளின் கண்கள் ஜொலித்தன.

"ஆறடி அகலம் - ரெண்டரை அடி உயரமேனும் தேவை. பொங்கல் பானைகள், கரும்பு, மஞ்சள் பூச்சும் சேலையுமாய் அழகு பெண்கள், விவசாய பின்னணிக் குடும்பங்கள், மாடுகள், குதூகலமான குழந்தைகள்..." ஆங்கிலத்தில் லீனா அடுக்க, அத்தனையும் கேட்பவளுக்குள் காட்சிகளாய் விரிந்தன. வைபவியின் முகமும் அக்கற்பனையில் மின்னியது போலும்!

"ஓவிய பாணி புராதானமாயும் இல்லாமல் அதி நவீனமாயும் இல்லாமல், உங்க ஸ்டைலில் அமைந்தால் அற்புதமாய் இருக்கும்..."

நாகரீகமான மொழியில் நயமாய் வந்த வேண்டுகோளை வைபவியால் மறுக்க முடியயவில்லை. ஆனால் உடனடியாய் சம்மதிக்கவும் வழியில்லை...

"என்ன பிரச்னை?"

"இவ்வளவு பெரிய கான்வஸில் இதுவரை நான் வரைய நேர்ந்ததில்லைங்க."

"சந்தர்ப்பம் வரலை, வர்ற வாய்ப்பை நழுவவிடலாமா?"

வெள்ளரிப்பிஞ்சான விரல்களை விரித்து கேட்டாள் லீனா.

இத்தனைக்கான வசதி தன் வீட்டில் இல்லை என்பதை சொல்ல முடியாமல், மழுப்பவுமறியாமல் தயங்கினாள் வைபவி.

அதற்குள் வினய் வரவழைத்த உணவு உயர்ரக பீங்கான் தட்டுகளில் பரிமாறப்பட்டது.

பருத்த மீன் கட்லெட்டை சுற்றிலும் மொறுமொறுப்பான உருளை வறுவல் - தொட்டுக்கொள்ள கார மற்றும் மயோனிஸ் சாஸ்கள் முடித்ததும் காபி மில்க் ஷேக்...! பேசியபடி உண்ணவும், கையைத் துடைத்துவிட்டு வேலையைத் தொடரவும் தோதான மெனுதான்.

விற்பனைக் கூடத்திற்குப் போன லீனா, மிஸ்ராவுடன் திரும்பினாள்.

அவளிடம் 'கண்டிப்பாய்' என்று ஆங்கிலத்தில் சொல்லி தலையாட்டிய மூத்தவர், வைபவியிடம் அதே உற்சாகத்துடன்,

"லீனா கேட்கற அளவில் கான்வஸ் ரெடி பண்ணிட்லாம்மா. ப்ரைமர் கூட தடவி காய வுடலாம். உன் புது வீட்க்கு அதைக் கொண்டு, வர்றது ப்ரச்னையில்ல... ரைட்?"

இவளுக்குள் கேள்விகளின் இரைச்சல் அதிகமானது.

கேட்காமலே முன்பணம், மதியம் இவளுக்கு மட்டும் சிறப்பான உணவு, கூப்பிட்டு வர உயர்ரக வாகனம், தேவையென்று தெரிந்ததுமே ஒதுக்கப்பட்ட வீடு... எதுவுமே சரியில்லை. அவற்றை ஏற்பது தான் புதைகுழியில் குதிப்பது போலத்தான்...

ஆனால் வாடிக்கையாளரின் முன்னே அது பற்றி பேசி மறுப்பது சரியில்லை - பொறுத்திருக்க வேண்டியதுதான்.

ஆனால், அதற்குள் தன் மனக்குரங்கு மறுபக்கம் தாவிவிட்டால்?

இத்தனை காலம் அங்குலம் அங்குலமாய் ஊர்ந்து தான் தேடிய சந்தர்ப்பங்கள் இத்தனை வேகமெடுத்து வந்து தன்னை அள்ளிக்கொண்டு பறக்க தன் மதி மயங்கிவிடலாமே!

படிக்கும் காலத்தில் நேர்ந்த சில இக்கட்டுகளில் வைபவி தன் அத்தையிடம் ஆலோசனைக்கு போய் நின்றதுண்டு.

"எது வசதியானதோ அதைச் செய்யாதே. எது சரியானதோ அதைச் செய்! இதுதான் நமக்கான சாசனம்" என்பாள் ராணியின் தோரணையில் சித்ரா.

"கொஞ்சம் ஒல்ட் ஸ்டைலாய் தோணுதே, அத்தை."

"பின்னே? இரண்டாயிரத்து ஐந்நூறு வருஷங்களுக்கு முன்னே கன்ஃப்யூஷியஸ் சொன்னதில்லயா? ஆனா, கன் ஷாட் போல துல்லியமான அட்வைஸ்!

நமக்கு நாமே கேட்டு அதன்படி வாழ, வழிதப்பும் வாய்ப்பு கிடையாதுன்னே வை."

இந்த ஒரு மாத அனுபவத்தில் தனக்குக் கிடைத்த சகலமும் வசதியும் வளமுமானவை. ஆனால், சரியானதா என்பது பெரும்

மறுபடி மழையென

சந்தேகமே... மிகக் குடைந்து தேடினால் 'இல்லை' என்பதுதான் பதிலாய் வரும்.

வந்த தம்பதிகள் அதே வேகத்தில் கிளம்ப,

வைபவி தனக்குள் துணிவை திரட்டி வைத்தாள்.

அப்படி துணிவாய் மறுத்தால், தன்னை வேலையை விட்டுத் தூக்கிவிடுவார்களோ?

அதற்குப் பயந்து வசதிகளில் ஒட்டிக்கொண்டிருப்பது கேவலமாய் பட்டதே...

முகம் கழுவிவிட்டு சற்று உட்கார்ந்து யோசித்தால் தேவலை...

வினய்யின் அலுவலகத்தை விட்டு, வெளியே வந்திருந்தவள் கழுகாய் தன்னைக் கொத்தும் பிற பெண்களின் பார்வைகளை காணாதது போல கடையின் பின்புறம் நோக்கி நடக்க, ஒட்டுனர் இவளைத் தொடர்ந்து வந்து மென்மையாய் கேட்டான்.

"கார் ரெடி மேம் - நாலு மணிக்கு நீங்க கிளம்புவீங்கன்னு சொன்னார் ஜூனியர்."

"என்ன சஞ்சித் - எங்கே கிளம்பணும்?"

"வீடு மாற்ற முடிவு செய்தீங்களே மேம்..."

இவளுக்குள் 'சுருக்'கென எரிச்சல் எட்டிப் பார்த்தது.

"முடிவு பண்ணலை" என்றாள்.

இவர்கள் பேசுவதைக் கவனித்துக்கொண்டிருந்த சரிதா, ராஜியின் உடல் மொழி, விழிகளிலும் நிறைய எரிச்சல் தகித்தது!

"முதல்ல உங்களை நம்ப அபார்ட்மெண்ட் கூட்டிப் போய் காட்ட சொன்னாங்க பாஸ்... வீட்டு சாவிகூட உங்ககிட்டதான் இருக்குது?"

"தேவைப்பட்டால் பார்க்கலாம்."

"பாத்தா முடிவு செய்ய வசதி மேம்... இங்கேர்ந்து நடந்துகூட போலாம்."

"வீட்டுப் பெரியவங்களைக் கேட்காம எதையும் செய்யறதில்ல நான்."

"உங்க சித்திக்கு இந்த ஏரியா, வீடு பிடிக்கும் மேம் - ஸேஃபான இடம்ல?"

இவனுக்கு என்ன, எவ்வளவு விவரம் தெரியும்?

எல்லா ஆண்களும் திடுமென இவள் கண்களுக்கு வஞ்சனையான வல்லூறுகளாய் தோன்றினார்கள்...!

முகம் கழுவிவிட்டு வந்தவளுக்கு அடுத்த அதிர்ச்சி காத்திருந்தது. இம்முறை இவள் காதில் விழ வேண்டுமென்றேதான் சக ஊழியப் பெண்கள் பேசினார்கள்.

ஆனால், கேட்ட தகவலில் அறைபட்டது போல தன் முகம் அதிர்ந்து, கண்கள் கலங்கியது ஏன் என்றுதான் வைபவிக்குப் புரியவில்லை.

—◦—

மறுபடி மழையென

அத்தியாயம் 8

புறம் நின்றாலும், கேட்டிருப்பவர்களை எட்டி குத்த வேண்டுமென்றே பேசும் பேச்சும் வைபவிக்கு பரிச்சயந்தான்.

முன்பு சித்ரா அத்தையுடன் வெளியே போகையில் அது அவர்களை உறுத்தியதுண்டு.

'ஜென்ம பாவந்தான் இப்படி படுத்தி வைக்கும்! இவங்க வீட்டுக்கு வந்த மருமக... அதான் சின்னதின் அம்மா நோயோடு போதுங்கறளவு போராடிட்டு போயாச்சு. இருக்கிற வீட்டுப் பொண்ணின் காலை விளங்க வுடல, விதி! ஆக அவளை யாரும் கல்யாணத்துக்கு கேட்டு வரப் போறதில்ல... ஆக ஒன்னோட மற்றது துணைன்னு குமைஞ்சு கிடக்க வேண்டியயதுதான்.'

இதையே ஊரின் வெவ்வேறு வாய் விதவிதமாய் வம்படிக்கும். ஆனால், அத்தையின் முகம் மாறியதில்லை.

பன்னிரண்டு வயதான தனக்கு எட்டிய விவரம் மூத்தவளுக்கு எட்டாதா என்ன?

'மோசமாப் பேசறாங்கல்ல அத்தை? நமக்கு கேக்கவே இப்படி பேசுனா, பின்னால என்னல்லாம் சொல்வாங்க?'

'கடவுள் ஒவ்வொருத்தரையும் வித்தியாசமாப் படைச்சிருக்காருடா பவி. அந்தத் தனித்தன்மையோட நாம வாழ்ந்திடணும். அதுக்கான திடம், திறத்தை அவர்ட்டயே கேட்டும் வாங்கிக்கலாம். பிறகென்ன? பிறத்தியார் அபிப்ராயமெல்லாம் நம்மைக் குழப்புமே தவிர உதவாது - ஆக கண்டுக்காதே!'

'கஷ்டமால்ல?'

'ஓடியாட முடியாததால நிறைய வாசிச்சேன். புக்ஸ் நிறைய புத்தி சொல்லும்டா - இது மாதிரி சந்தர்ப்பத்துல அதெல்லாமே ஞாபகம் வந்து சிரிப்பூட்டுமே.'

நிஜமா அல்லது சமாளிப்பா என்ற கேள்வியை இளையவனின் விழிகளில் கண்டு சித்ராவின் பேச்சு தொடரும்.

'குட்டிக் கதை சொல்றேனே -

முல்லாக்கு உடம்பு சரியில்ல - உடம்போடு வயிறு ரொம்ப உபத்திரவப்படுத்த, டாக்டர்ட்ட போறவரை சோதனை செய்த டாக்டர் ஆச்சர்யப்பட்டுப் போறார் -

'அடடா... ஒரு ஆண் கர்ப்பமாயிருப்பதை நானென்ன, உலகமே இப்பத்தான் பார்க்குது!' என்று. கேட்பவள் வாய் பொத்தி சிரிக்க, கதை அலுங்காமல் தொடரும்.

அழுது அங்கலாய்க்கிறார் முல்லா -

'ஐயோ! திருமணமாகாது கர்ப்பமாகிவிட்டான் என்று என் அண்டை, அயலார் போக என்னை உலகமே தூற்றுமே' என்று.

'அச்சச்சோ' என்று கூச்சமாய் சிரித்த தன்னை இழுத்துக் கட்டியபடி அத்தை சொன்னது இப்போது அதிகம் புரிந்தது.

'மற்றவங்க அபிப்ராயம் நம்மை அலைக்கழிக்கவிடக் கூடாதுடா பவி. இப்படி வம்படிக்கற வாய் - அவங்க ஊனம். அதை, பாவம் அவங்க உணரக்கூடயில்லை...'

இவளுக்கு கேட்கட்டும் என்றுதான் ராஜியும் சரிதாவும் பேசியது புரிந்தது... ஆனால், அதைப் புறந்தள்ளிவிட்டு தன்னால் ஏன் தன் வேலையைத் தொடர முடியவில்லை?

அந்நேரம் அவளை உந்தித் தள்ளுவது போல குமுறியது, கைப்பேசி.

தன்னிச்சையாய் 'வைப்ரேட்' செய்த அதன் தகவலைப் பார்த்தவள், அவசரமாய் காதும் கொடுத்தாள்.

'வேலை சமயம் என்னால் போன் பேச முடியாது சித்தி. மெஸெஜ் வேணால் போட்டு விடுங்க. அவசரம்னால் கூப்பிடறேன்'

 மறுபடி மழையென

என்றிருந்தவள் அதற்கு மாறாக உடனே சித்தியை அழைத்தாள். கேட்ட செய்தியில் ஏற்கெனவே தவித்த மனம் இப்போது மேலும் வேகமெடுத்தது.

"சித்தி... என்னாச்சு... எழுந்துட்டீங்களா?"

பதிலுக்கு முணங்கலும், 'ஐயோ'வுமே வர, வைபவிக்கு கண்கள் கலங்கின.

'விழுந்துட்டேன். உடனே டாக்டரோடு வா' என்ற குறுஞ்செய்தி வேறு! உலுக்கின மனம், சுலபமாய் கசிந்தது... ஆனாலும் பிறகே, சித்திக்கு பெரிய ஆபத்தில்லை. கைப்பேசியை எடுத்து செய்தி அனுப்புமளவில் தெளிவுண்டு என்ற நிம்மதி.

"அசையாமல் இருங்க சித்தி - தோ வந்துடறேன்' என்றவள் கூட சில தகவல்களும் கேட்டுக்கொண்டாள். சித்தி அதிகம் அசைய விடாமல் எப்படி தான் வீடு நுழையலாம் என்று ஒரு பக்க புத்தி யோசிக்க, மறுபுறம் டாக்டர் டேவிட் இப்போது தன்னுடன் வருமளவில் மற்ற வேலையின்றி இருக்க வேண்டுமே என்று கடவுளையும் வேண்டியது.

பையுடன் மிஸ்ராயின் முன் போய் நின்று விவரம் சொல்ல,

"ரைட்...... நால் மணிக்கு வினய் வேற வேலை ஏதோ உனக்கு சொன்னதாய்...?"

"இது எமர்ஜென்ஸி சார்" அவள் விரல்களும் உதடுகளும் நடுங்கியதைக் கவனித்தவர், "கார் ஃப்ரீதான்னு நினைக்கிறேன்" என்று ஆரம்பிக்க,

இவளுக்குள் வேறு ஒரு எச்சரிக்கை மணி ஒலித்தது -

'எது வசதியானதோ அதைச் செய்யாதே!'

அன்று காலை தான் தனது வாகனத்தில் வரவில்லை என்பது நினைவில் இடித்தாலும், இவர்கள் தயவைத் தவிர்க்கும் உறுதி உள்ளே நங்கூரமிட்டிருந்தது.

"பர்மிஷனுக்கு தாங்க்ஸ் சார்" என்று விலகினாள்.

கடைவாசலைவிட்டு சற்றுதள்ளிப் போயே ஆட்டோ தேடினாள். எங்கே நின்றாலும் தன் அவசரம் புரிந்து அநியாயமாய் காசைத் தரத்தான் வேண்டி வரும் - சில நூறுகளேனும்.

அதற்குள் டாக்டரிடம் பேசிவிடுவது நல்லது என்று இவளெடுத்த முடிவும் சரிதான்.

"கிளம்பிட்டேன் வைபவி இன்னும் பத்து நிமிஷத்துல உன் வீடு போயிருவேன்."

"தாங்க்ஸ் அங்க்கிள். சித்தி உங்களுக்கும் போன் பண்ணாங்களா? வீட்டிலோ அக்கம்பக்கமோ யாரும் கிடையாதா அதான்..."

"ஷி இஸ் ஓக்கே. வழக்கம் போல 'கிறுகிறு'ன்னு வந்ததாம் தடுமாறி உக்காந்துட்டாங்க..."

"விழுந்ததாய்...?"

"ஒன்னைப் பத்தாக்குவது கோகிலாக்குப் பழக்கந்தானே? நீ பதறாமல் வா."

"தாங்க்ஸ் அங்க்கிள். இப்பத்தான் ஆட்டோல ஏறுறேன்."

தன் கைப்பையிலிருந்த சிறு பாட்டிலின் நீரைக் குடித்தவள் சாய்ந்து கண்களை மூடினாள்.

அம்மாவின் சிகிச்சை சமயம், அப்பவின் கூடவே நின்றவர் டேவிட் அங்க்கிள் - அப்பாவின் பள்ளிக்கால சிநேகம். அப்பா இறந்த சமயம், தனக்கு இவர் செய்த ஒத்தாசைகள் எத்தனை!

ஆனாலும் பிறகு, சித்ரா அத்தையைப் போலவே இவரும் சற்று எட்டியே நின்றுகொண்டார்...

கோகிலா சித்தியின் வாய்தான் காரணமோ?

'ஒரு சொல் வெல்லும்

ஒரு சொல் கொல்லும்'

என்பதில், குதறிக் கொல்லும் பேச்சு பேசியதால்தான், தாங்கள் இப்படி ஒதுங்கி வாழ நேர்ந்ததோ?

                                        மறுபடி மழையென

ஆனால், சித்தியும் இல்லாத தனி வாழ்வை நினைக்கவே நடுங்குகிறது...

உடலைத் தூக்கியடித்த ஆட்டோ பயணம் போல உள்ளேயும் தாறுமாறாய் குலுங்கியது.

தன் பாதுகாப்பிற்கான பயம்தானா அல்லது சித்தி மீது தனக்கு பாசமும்தானா?

மரத்தின் ஓங்கிய கிளைகர்வமாய் தன் பறவைகளின் கூடுகளுக்கு இடம் தந்ததாய் நின்றாலும், அப்பறவைகளின் எச்சமின்றி மரங்கள் ஏது?

ஆக பாசம், பாதுகாப்பு என்பதற்கு ஒருவருக்கு இருப்பது மற்றவர்தான்...

வீடு போய் சேரும் தொலைவு இத்தனை அதிகமாய் இதுவரை தோன்றியதில்லை... காலையில் உயர்ரக வாகனத்தின் வசதியில், வர்ணக் கற்பனையில் தோய்ந்த பயணத்திற்கு இது நேர்மாறு.

வீட்டு வாசலில் டாக்டரின் பழைய அம்பாஸடரைப் பார்த்தது பெரும் நிம்மதி.

தவிர, உள்ளே கேட்ட சித்தியின் கனைப்பான சிரிப்பும்கூட இன்று எரிச்சலூட்டவில்லை!

பேசி சிரிக்குமளவில் இருக்கிறாரே என்ற திருப்திதான்.

"பல்ஸ், பி.பி, எல்லாம் நார்மல்தான்மா வைபவி. முன்னமே சொன்னதுதான், உன் சித்தி வெயிட்டை குறைக்கணும்."

முகம் வெளிற வந்து நின்றவளை சற்று திருப்தியாகவே கவனித்த கோகிலா,

"உயரம் அதிகமில்லாத சித்து தேகம்றதால் நான் குண்டாய் தெரியறேன் உங்களுக்கு" – அறிவித்தார்!

"உயரத்திற்கேற்ற 'வெயிட்'தாம்மா இருக்கணும். சிஸ்டர் செக் பண்ணுங்க......"

"மாக்ஸிமம் அறுபது கிலோ இருக்கலாம் இந்த உயரத்திற்கு. டாக்டர், இவங்க ஈஸியா எண்பது இருப்பாங்கன்னு தோணுது."

மருத்துவர் தன்னுடன் அழைத்து வந்திருந்த நர்ஸ், அலட்டாமல் தகவல் தர,

மறுபடி கோகிலா தன் கனைப்பு சிரிப்பை விட்டார்.

"அப்படியொன்னும் விதவிதமா நா இங்க சாப்பிடலை. அதுக்கு வழி வச்சுட்டு போகலியே உங்க ஃப்ரெண்ட்."

"வைபவியைவிட வேறென்ன வேணும்? டயட்டில் இன்னும் கவனமாகணும் -

'உயிர் மேல ஆசையெனில் உடலுக்கு மறுக்கணும்' - என் நோயாளிகளுக்கு நாஞ் சொல்றது மருத்துவம் இதுதான்."

"அப்படி ஒறுத்து வாழணுமா என்ன? எம்பாட்டி கூட சொல்வா-

'ஆயிரம் பத்தியமானாலும் சாவிலிருந்து பத்திரம் ஆயிட முடியாது'ன்னு".

"கொடுமையான வியாதியிலிருந்து பத்திரப்படலாம் அவ்வளவுதான்."

'நெஞ்சும் வலிக்குதுன்னேனே? தவிர தூக்கம் சரியில்லை. அதனாலதான் 'கிறுகிறு'ப்பு ஜாஸ்தியாயிடுச்சு."

"வெயிட்டைக் குறைச்சா..."

மருத்துவர் மறுபடி ஆரம்பிக்க கோகிலாவிற்கு தாளவில்லை.

"விஷயந் தெரியாமப் பேசறீங்க. ராத்திரி இங்கே கண்டவனும் காம்பெளண்ட் புகுந்து மிரட்டறான். கல்லெறியறான். நிம்மதியா இருக்க முடியலை... மனசெல்லாம் 'திக் திக்'குனா உடம்பும் பாதிப்படையுந்தானே? நல்லாதா மருந்து எதுனாலும் தராம..."

முணங்கலாய் கோகிலா முடிக்க, டாக்டர் கேள்வியாய் இளையவளை ஏறிட்டார்.

"குடிகாரன் தொல்லை, அங்க்கிள். வீடு மாற்றிடலாம்னு இருக்கேன்."

"சொல்லி வைக்கவாம்மா? இத்தனைத் தனியான இடம் பாதுகாப்பில்லைதான்."

 மறுபடி மழையென

கோகிலா இடைவெட்டினாள்.

"என்னை ஒரு வார்த்த கேக்கறதில்ல - முடிவெடுத்தடறது - அவதி எனக்குத்தான்."

"சின்னவளுக்கு நீங்க தைரியம் சொல்லணும். அதை விட்டுட்டு குற்றம் சொல்லலாமா?"

"சின்ன வயசிலேயே ரெண்டாந்தரமா கல்யாணம் பண்ண சம்மதிச்சது நா பண்ணின தப்பு - இன்னி வரைக்கும் அதற்கான தண்டனையதான் அனுபவிக்கிறேன்."

மேலும் அப்பேச்சை நீட்டிக்க விடாமல்,

"நல்ல அபார்ட்மெண்ட் ஒண்ணு பார்த்திருக்கேன் அங்க்கிள் - கடைக்கு பக்கத்திலேயே..." குறுக்கிட்டாள் வைபவி.

"முதல்ல அங்க போகலாம். ஆனா, மாடி ஏறணுமோ? போன வீட்டுல அப்படி ஏறி இறங்கித்தான் என் ஹார்ட் 'வீக்'கானது."

"இயக்கம் நல்லதும்மா... அளவாய் சாப்பிட்டு சுறுசுறுப்பா இருந்தால்..."

"உங்களுக்கு வேலையே இல்லாமல்ல போயிடும்?" என்றுவிட்டு மறுபடி கனைப்பாய் சிரித்தாள் கோகிலா!

அதற்கு எதிர் சிரிப்பு எவர் முகத்திலும் இல்லை. அத்தனை பதற்றமாய் ஓடி வந்தவர்களிடம் அதை எதிர்பார்க்கவும் முடியாதுதானே!

மருத்துவர் பைக்குள் மறுபடி அத்தனையையும் எடுத்து வைத்த நர்ஸ், அதைக் கையிலெடுக்க,

"டீ போடறேன் அங்க்கிள்" என்றபடி சமையலறை பக்கம் திரும்பியவளை தடுத்த டேவிட்,

"ஒரு நாளைக்கு ஒரு அல்லது ரெண்டு கப்தான். அது ஆச்சு. தண்ணீர் கார்ல இருக்கும்மா - வர்றேன்" கிளம்பினார்.

"தாங்க்ஸ் அங்க்கிள்" எனும்போது அவளை மீறி வைபவிக்கு குரல் கமறியது.

"பரவால்லம்மா" என்றவர் கோகிலாவின் புறம் திரும்பாமலே,

"ரேண்டம் 'ஷுகர்' டெஸ்ட் இஸ் ஒக்கே - சாப்பிடாமல் மறுபடி ப்ராப்பர் டெஸ்ட் எடுக்கணும். மொத்தத்தில் வாயைக் கட்டினால் நல்லது," என்றபடி கிளம்ப, இவளுக்குள் சன்னமாய் சிரிப்பு கிளம்பியது - 'அவர் சொன்னது சித்தியின் பேச்சையா அல்லது உணவையா' என்ற யோசனையில்.

அத்தனை களேபரத்திற்குப் பிறகு படுத்தவளுக்கு நள்ளிரவு வரை குடிகாரனின் கல்லெறிதல், உளறல், மிரட்டல் வராதது, பெரும் ஆசுவாசம்.

அதுவும் சேர்ந்திருந்தால் உடைந்து போயிருப்பாள். கடவுளின் கருணைக்கு நன்றி சொன்னவளுக்குள் அன்றைய நடப்புகள் அலை அலையாய்...

கெட்டிக்காரிகள்தான் கடையின் சக ஊழியப் பெண்கள்... எத்தனை இயல்பாய் அந்த சம்பாஷணையை ஆரம்பித்தார்கள்...

'போங்க சரிதா இதுவரை பாஸுக்கு துடைச்சு வச்சது மாதிரியான முகம் - என்ன நினைக்கிறார்னே தெரியலைன்னு குறைபட்டுட்டு, 'திடும்'னு இப்போ வழியறார்னா எப்படி?'

'அதுதானே அதிசயம்! அழுத்தம் போன இடம் தெரியாமல் ஜூனியர் இப்போ அசடு வழிய நடந்துக்கறதை...'

'நானேதும் கவனிக்கலை... முதலாளிங்க அப்படி இறுக்கமாத்தான் இருக்கணுமோ?'

'ஸீனியர் கூட தேவலாம். கோபம் வந்தால் தெரிஞ்சிடும் - கஷ்டப்பட்டு அப்பப்போ முகத்தில் சிரிப்பை வரவழைச்சுப்பார்.'

'ஜூனியர் பாஸ் சிரிச்சா, வழியறார்னு சொல்றியே? பெரும்பாலும் சேல்ஸில் நாம எல்லாம் பெண்கள்னு ஒரு ஜாக்கிரதையோ?'

'இளையவர்தான்னாலும் வினய் சார் பேச்சுலர் இல்லை. எட்டு வயசுல பையன் இருக்கானாம் - நாம ஏன் அவரைத் துரத்தப் போறோம்?'

                                மறுபடி மழையென

'ஆஹ்... சும்மா கதையிது சரிதா! இங்கே எல்லாருக்கும் ஜூனியர் மேலே ரெண்டு கண்ணுந்தான்!' என்று ராஜி பதிலடித்ததற்கு மேல் கேட்க தெம்பின்றி நகர்ந்தாயிற்று.

கேட்ட தகவலைவிட, அது தன்னைப் பாதித்த விதம்தான் வைபவியை பயமுறுத்தியது.

முதலாளி வினய் தேசிகன் திருமணமானவர் - பையனும் உண்டு என்றதில் தனக்குள் ஏனிந்த குமுறல்?

மறுநாளைப் பற்றியோ வருங்காலத்தைக் குறித்தோ இருந்த அச்சத்தை எல்லாம் உடைத்தெறிந்தது அவளுக்குத் தன்னைப் பற்றிய திகில்!

━━◦◦━━

அத்தியாயம் 9

'**வாழ்**க்கை என்பது உறக்கமானால் -

காதல் அதன் கனவு'

என்பதில், தன் வாழ்வு கனவற்ற உறக்கம்தான் என்ற வறட்சியான நிம்மதி உண்டு வைபவிக்கு. இதுவரை கனவுகள் கலைக்காத நல் உறக்கத்தை அனுபவித்தவளுக்கு அன்று தூக்கம் தொலைந்து போனது... ஏதோ வாழ்வையே இழந்து போனது போன்ற வெறுமையில் கண்கள் தூக்கமின்றி தத்தளித்தன.

எப்போது அவை அயர்ந்தனவோ... விழிப்பு வந்தபோது மிக தாமதமாயிருந்தது. அதைவிட சலிப்பு!

குளித்து வழக்கம் போல ஸ்கூட்டியை விரட்டியடித்து வேலைக்கு போய் சேரும் முனைப்பில்லை.

மனதின் வறட்சி விழிகளிலும் தெரிந்தது போலும்.

கோகிலா கேட்டாள்.

"காய்ச்சலா? எப்படியோ இருக்கியே......"

"உங்களுக்கு எப்படியிருக்கு?"

'இருக்கு - மாத்திரை, டானிக்குனு ஏதும் தராமல் கிளம்பிட்டார் பார், டேவிட்... கொண்டு வர்றேன்னு கூட சொல்லலை.

"உடனே வந்துட்டாரே சித்தி?"

தனக்கு நீர்க்க, ஒரு தேநீரைத் தயாரித்து கொண்டு அமர்ந்தவளிடம் -

"வேலைக்குப் போகலையா?" விசாரித்தாள் மூத்தவள்.

"நல்லாயில்லை... உப்புமா ஏதும் கிளறவா?"

"நாஞ் செய்றேன்" என்றபடி எழுந்த கோகிலாவை துளி ஆச்சர்யத்துடன் பார்த்தாள் வைபவி.

லேசில் அவரிடமிருந்து இந்த ரீதி உதவிகள் வராது. ஆனால், இப்போது வருவது தேவையான சகாயந்தான். இவளது உடம்பு படுப்பதைத் தவிர வேறேதும் என்னை செய்ய சொல்லாதே என்றளவில் தளர்ந்திருந்தது.

படுக்க நடந்தவளை சித்தியின் பேச்சு இழுத்துப் பிடித்தது.

"இப்ப அந்த நர்ஸைதான் புதுசா பிடிச்சிருக்கார் போல டேவிட்?"

அது முதலில் வைபவிக்கு பிடிபடவில்லை.

பின் புலப்பட்ட விவரத்தில் நெற்றி சுருங்கியது. அந்த கருத்திற்கு 'என்ன சொல்றீங்க?' என்ற கேள்வியைக்கூட பதிலாக்க விரும்பாமல், தொடர்ந்து நடந்தவளை கோகிலா விடுவதாயில்லை.

"உங்கப்பா ஆஸ்பத்திரியில இருந்த சமயமே கவனிச்சேந்தான் - இவர் சரியில்லை."

'இப்படி பேசாதீங்க' என்று கடுமையாய் சொல்லலாம் என்றாலும்

மௌனமே தன் அதிருப்தியைக் காட்ட போதுமானது என்று முடிவெடுத்தாள்.

"எப்படி உரிமையா பெட்டியக் கட்டிட்டு கிளம்ப நின்னா பார்த்தியா? நர்ஸ் தோரணையா அது?"

அது முழுக்க பொய்யில்லைதான் -

ஆனால், தாங்கள் பதறி பார்க்க வந்த நோயாளி, கிழங்கு போல உட்கார்ந்து பேசியதும், சிரித்ததும் அவளுக்கு வேறு பிரச்னை ஏதும் இல்லை என்ற கணிப்புமே, அந்தப் போக்கிற்கு காரணமாய் இருந்திருக்கும்.

"வேற பேஷன்ட்ஸ், க்ளினிக்கில் காத்திருப்பாங்க. அந்த அவசரம்."

"இவரப் போல இருவது, அம்பது ரூவா டாக்டரைத் தேடி, நம்பி இப்பல்லாம் யாரும் வர்றதில்ல." கோகிலாவின் உதடு அலட்சியமாய் சுழித்தது.

"நாம ரெண்டு பேருமே அங்க்கிளைத்தானே கூப்பிட்டோம்?" குற்றம் சாட்டுவது போலின்றி இயல்பாய் சொல்ல முயன்றாள்.

"வந்தவளின் அலங்காரத்தை கவனிச்சேல்ல?"

கண்களை, கருத்தை ஈர்க்கும் எந்த அலங்காரமும் டாக்டருடன் வந்த அப்பெண்ணில் நிச்சயம் இல்லை... சற்று பெரிய பொட்டையா பொருந்தாத அலங்கரிப்பாய் சித்தி நினைக்கிறார்?

வைபவியிடமிருந்து பெருமூச்சு நீள வெளியேறியது.

"சரடு போல அவளுக்கு உடம்பு - ஆக டேவிட் என் பருமனைப் பத்தி பேசினதும் என்னவொரு எக்களிப்பு - ம்ம்? டேவிட் வைஃபும் இப்படி தட்டையான பொம்பளை... ஆக அவர் என்னைப் பார்க்கற விதத்தில்... எனக்கும் கூசும்."

சதைப் பிடிப்பான கோகிலாவின் தோள்கள் குலுங்கின.

'அப்ப ஏன் அவரைக் கூப்பிட்டீங்க?' எனக் கிளம்பிய கூர்மையான கேள்வியை அடக்கிக்கொண்டாலும், டாக்டர் அங்க்கிளின் ஒதுக்கம் இப்போது புரிந்தது.

நண்பரின் மனைவி என்ற உரிமையுடன் அவர் சித்தியின் முகம் பார்த்து பேசாததில்... தவிர, துணைக்கு ஒரு நர்ஸை கூட்டி வந்ததும்கூட... இப்படியான பழிக்கு பயந்துதானோ?

உதவி கேட்டதும் ஓடி வந்த டேவிட் அங்க்கிள் நிச்சயம் கண்ணியமானவர். இப்படி ஏதோ பழியை யூகித்துதான் அவர் சற்று ஒதுங்கி இருந்திருக்கிறார் போல...

மற்றபடி இந்தப் பேச்சை தானும் ஒதுக்குவதுதான் சரி.

"முன் வாசல் லைட் அணைச்சாச்சா?" பேச்சை மாற்றியபடி வீட்டின் முன்புறம் போனாள். வழக்கமாய் காலை எழுந்ததும் அது இவள் வேலை.

                    மறுபடி மழையென

ஒன்பது மணி சூரிய வெளிச்சத்தில் பல்ப் வெளிறலாய் தன் சக்தியை வீணாக்கிக்கொண்டிருந்தது. அணைத்த நேரம் நூறடி தொலைவில் வெளி கேட் திறக்கும் சத்தம். வீட்டின் உரிமையாளர்கள் தகவல் தராமல் வருவதில்லை.

வேறு யாராய் இருக்கும்?

ஜன்னல் வழியே தெரிந்த காட்சி, அடுத்த அதிர்ச்சி!

வெளி கதவுகளை விரிய வைத்து, ஓட்டுனர் சஞ்சித் பென்ஸை உள்ளே கொண்டு வந்ததில்... பார்த்து நின்றவளுக்குள் ஒரு கொதிப்பு! முந்தாநாள் இரவு வினய் மறைமுகமாய் தந்த தெம்பு, செய்த உதவி எல்லாம் அக்கொதிப்பில் ஆவியாகி மறைந்தன.

அது குடிகாரனின் தொல்லை எனில் இதென்ன - முதலாளியின் எல்லை மீறல்... சீண்டல்?

ஐந்நூறுக்குக் குறையாத மன்னர்களும் அவர்களிடையே மோதலுமாயிருந்த தேசத்தில் யுத்த சாஸ்திரமும் இருந்தது.

முகம் தெரியாத இருட்டிற்கு முன் சண்டை நிறுத்தப்பட வேணும்; உழுவரின் பயிர்களை அழிக்க கூடாது என்பதோடு சம அந்தஸ்து உடையவரோடு மட்டுமே எதிர்த்து நிற்க வேண்டுமென்பதும் விதி.

எந்த விதத்திலும் சமமற்ற தன்னுடன் ஏன் வினய் மல்லுக்கு நிற்கிறார்?

சுவாரஸ்யமாய் முன்பு வாசித்த போர் தந்திரங்கள் இப்போது நினைவிற்கு வந்து மிரட்டின.

சாம - சமாதானமாய் நயந்து வெல்வது - இது நிச்சயம் நடந்தது.

பேதம் - பிரித்தாள்வது - மிஞ்சின ஒரே உறவான சித்தியிடமிருந்து தன்னைப் பிரிக்கிறாரோ?

தான - மிகுதியான பரிசுகளைத் தந்து வசப்படுத்துவது.

இதெல்லாம் பயன் தராவிட்டால், 'தண்டம்' என்ற பல பிரயோகம் அடுத்து தன்னை வருத்துமோ?

உணர்வுகளால் உலுக்கப்பட்ட உடம்பு எரிந்தது. காய்ச்சல் வருகிறதா என்ன?

வறண்ட குரலில், இறங்கிய ஓட்டுனரிடம் சொன்னாள்.

"நா இன்னைக்கு வேலைக்கு வரலை, சஞ்சித்."

"உடம்பு சரியில்லைன்னு தெரியுது மேம் - கான்வாஸை இறக்கிட்டு வரச் சொன்னார் ஸீனியர்." அழுந்த விழிகளை மூடித் திறக்க, உள் வெப்பம் சற்று தணிந்தது.

விசாலமான வாகனத்தை பெரும்பாலும் அடைத்துக்கொண்டிருந்த கான்வாஸ் பலகையை சஞ்சித் இறக்க முயல, இவளும் உதவ வேண்டியிருந்தது.

"சந்துரு சாரின் மேம் சொன்ன சைஸ்ல கேன்வஸ் தயாராயிடுச்சு. அர்ஜெண்ட் வொர்க்ன்னதால... உடனே அனுப்பிட்டாங்க."

"ம்ம்..."

"வர்றேன் மேம் - ரெஸ்ட் எடுங்க".

"தாங்க்ஸ் - இருங்க - டீ போடறேன்."

"வேணாங்க - சித்தி மேம் உடம்பு எப்டியிருக்கு?"

"பரவால்ல... நாளெல்லாம் இங்க தனியே இருக்கறது சிரமந்தான்."

சஞ்சித்தின் மௌனம் -

'அதற்கான மாற்று வழியை நீ ஏற்கவில்லையே' என்று குற்றஞ் சாட்டியது போலிருந்தது.

இருவருமாய் சுமந்த விசாலமான கான்வாஸை சுவரில் சாய்த்து வைக்க சஞ்சித் முயல, 'டேபிள்ல வைத்தால் நான் ஸ்கெட்ச் பண்ண வசதி' என்றிருந்தாள்.

"சாய்ங்காலமே ஈஸல் கொண்டாரேன் மேம் - பாஸ் மதியம் ஒரு முக்ய மீட்டிங் போணும்."

                    மறுபடி மழையென

வைபவி அதற்கு பதிலேதும் சொல்லவில்லை. கொஞ்சலாய் பேசும் ராஜி, விவரமான சரிதா... ஏன், ஸீனியர் ஷீலாவிற்கு கூட இப்படியான சேவகம் நடக்காது.

"மறந்துட்டேன்" என்ற முணகலுடன் காரிலிருந்து சஞ்சித் இறக்கிய பழக் கூடையை விக்கித்து பார்த்திருந்தாள். அவற்றின் நிறமும் மினுமினுப்பும் அவை உயர்ரகமானவை என்றன... அதுவும் இத்தனை?

"இதெல்லாம்...?"

"அது... நீங்க பெரியவங்களுக்கு உடம்பு சர்யில்லனு சொன்னதால, மிஸ்ரா பாஸ் அனுப்பிச்சது."

கனத்த கூடையைச் சமையலுள்ளிற்கு எடுத்துப் போனவன், தன் முகம் பார்த்து பேசாததை கவனிக்கதான் செய்தாள். எல்லாருமாய் கூடி நாடகமாடுகிறார்களா?

என்ன நாடகமிது?

அதில் தனக்கென்ன கதாபாத்திரம்?

"இந்தக் கூடை நமக்குத்தானா, இல்ல கொடுத்துரணுமா? என்ற கோகிலா, வகைக்கு ஒன்றிரண்டு பழங்களை எடுத்தார்.

"பாலும் கஸ்டர்ட் மிக்ஸும் இருக்கு - வெட்டின பழத்துல அதை கெட்டியா ஊற்றி சாப்பிட்டலாம்."

"வெறும் பழம் நல்லது சித்தி..."

"நீ டேவிட் போல பேசாத."

சித்தி தன் காரியத்தில் இறங்க, கார் கிளம்பியதும் இவள் ஒரு ஆப்பிளைக் கழுவியெடுத்து கடித்தபடி, கான்வாஸை கண்களால் அளந்தாள். தன் சேகரிப்பிலிருந்த சில பொங்கல் படங்களை அலசி, எதெது எங்கே வரவேண்டும் என்பதை மனதில் குறித்துக்கொண்டு, பென்சிலை விரலில் எடுக்க, வேலை ஆரம்பமானது.

ஆரஞ்சும், மாதுளையும், ஆப்பிள், திராட்சையும் இனிப்பான கஸ்டர்ட் சாஸில் தோய, ஒரு பெரிய கிண்ணத்துடன் உட்கார்ந்த

கோகிலா, இவளுக்கான ஒரு பழக் கிண்ணத்தையும் ஒரு முக்காலியில் வைத்தது, வைபவியிடம் ஒரு முறுவலை விரித்தது.

"நாம வாங்கற பழமெல்லாம் வற்றி சுருங்கியிருக்கும். இது என்னா ருசி? பெரிய கடையில வாங்கியிருப்பாங்க?"

"ம்ம்..."

"பழம் எடுத்துட்டு வர பென்ஸ் காரு! படம் ஃப்ரேம்லகூட நல்ல காசு வரும்போல...? இவ்வளவு பெரிய ஓவியத்துக்கு அரை லட்சம் வராது?"

இதன் விலை சில லட்சம் என்றாக, இவள் பங்கு கணிசமாய் வரும்தான். ஆனாலும் அதிக எதிர்பார்ப்பை சித்திக்குத் தர இவள் விரும்பவில்லை. கூடவே தன் சம்பளம் பற்றியும் இதுவரை எதுவும் சொல்லாதது சற்று உறுத்தியதுதான். ஆனால், சொன்னால் வீட்டுச் செலவு எகிறுமே!

சித்தியின் ஆசைகளை யானைப் பசிக்கு ஒப்பிடலாம் - குறைந்த நிலத்தில் முறையாய் பயிர் செய்து, அறுவடை செய்தால் கிடைக்கும் உணவு யானைக்குப் பலநாள் உணவு. ஆனால் அந்த வயலில் யானை இறக்கி துவம்சம் செய்ய, மிதிபட்டு அழிவதுதானே அதிகம்?

ஆக மூத்தவரின் ஆசையை அடக்கி வைக்க இளையவள் பழகியிருந்தாள்.

வங்கியில் இருந்த பணம், அன்றாட செலவுக்கில்லை என்பதிலும் உறுதிதான்.

மதியம் உறங்கி, பிறகு வீட்டின் முன்னும் பின்னுமிருந்த மரங்களுக்கு நீர் பாய்ச்சியவள், மறுபடி வரைவதில் இறங்கினாள். தினம் வேலைக்குப் போய் வந்தால், சுலபமாய் இந்தப் பெரிய ஓவியம் பூர்த்தி பெறாது. ஆனால் அதற்காய் வேலையை உதறவும் முடியாத சூழ்நிலை. தவிர இந்த வாய்ப்பு வந்ததும் கடை மூலமாகத்தானே...?

இப்படி ஓடிய சிந்தனையைப் பிடித்து நிறுத்தியது டாக்டர் டேவிட்டின் அழைப்பு – கோகிலாவின் நலனை விசாரித்தவர், வீடு மாற்றுவதையும் அழுத்தமாய் நினைவுபடுத்தினார்.

மறுபடி மழையென

"ரெண்டு பெண்கள் அந்தத் தனி வீட்டில் இருப்பது
பாதுகாப்பில்லம்மா. அது உன் சித்தியின் மனநிலைமையையும்
பாதிக்கும்."

"புரியுது அங்க்கிள். வாடகை இல்லாமல் கிடைச்ச வீடு -
கடற்காற்றுடன்... அமைதியாய்."

"வேற வீடு, உன் வேலையிடத்துக்குப் பக்கமாய் கிடைக்கும்னு
சொன்னியே?"

அக்கறையாய் நினைவு வைத்து கேட்கும் இவரிடம்
சகலத்தையும் சொல்லிவிட்டால் என்ன?

கேட்ட பிறகு டேவிட் அங்க்கிள் என்ன சொல்வார்?

"அதனால் என்னம்மா? உன் திறமைக்கு அவங்க தரும் அங்கீகாரம்
அதுன்னு எடுத்துக்கோ - வீட்டைத்தான் சொல்றேன்" என்பாரா
அல்லது -

"யோசிக்க வேண்டிய விஷயந்தானம்மா. ஆனா, அப்படி என்ன
ஆபத்தை எதிர்பார்க்கறே - நாங்க இல்லையா?" என்றா?

"வீடு மாற உதவ நான் ரெடிம்மா - ரெண்டு பசங்களை அனுப்பி
வைக்கறேன். முதல்ல நீ போய் அந்த அபார்ட்மெண்டைப்
பாரு. அக்கம்பக்க மனுஷங்களையுந்தான். நாளைக் கடந்த
வேணாம் - மாறினதும் புது அட்ரஸை எனக்குத் தெரிவிச்சுடு..."

பின்னணியில் நோயாளியின் பேச்சும் இருமலும் கேட்க,
இவளுக்கு அதுவே போதுமான வழிகாட்டலாய் பட்டது.

அன்றிரவு சீக்கிரமே படுத்து, மறுநாள் 'பளிச்' என்று விழித்தவள்,
முதலில் பார்த்தது, தன் கைப்பையுள்ளிருந்த அந்த சாவிக்
கொத்தைத்தான்.

பளபளப்பான மூன்று புதிய சாவிகள், கடையின் சின்னமிட்ட
வெள்ளி வளையத்துள்...

ஆக இன்று வீட்டைப் போய் பார்த்துவிடுவது.

ஓவியம், சமையலுக்கு நேரத்தைப் பிரித்து கொடுத்த பின், எளிய
குர்த்தியில் புகுந்து கிளம்பினாள் தன் ஸ்கூட்டியில்.

பகட்டான கார் அன்று காலையில் வந்து தன் வீட்டை முற்றுகை இடாதது பெரிய நிம்மதிதான்.

வினய் என்ன சொன்னார்...

விலை மதிப்புள்ள ஓவியங்களை ஈரப்பதமோ, எலித் தொல்லியோ இல்லாத இடத்தில் பத்திரப்படுத்த, சில வீடுகளை வாடகைக்கு எடுத்திருந்ததாய்!

நகரின் மையத்திலுள்ள, நவீன வீட்டின் வாடகை, அரை லட்சம் வரை இருக்குமே...

அது வெகு சாதாரண ஊழியையான தனக்கு ஏன் தரப்பட வேணும்?

இதற்கு கடையின் சக ஊழியர்கள் என்ன காரணம் கண்டெடுத்து, என்ன பெயர் இடப் போகிறார்கள்?

இவளது திகைப்பு, மூன்றாம் மாடிக்கு லிஃப்ட்டில் ஏறி, அந்தக் கதவின் முன் நின்றபோது பல மடங்காய் பெருகியிருந்தது.

———◦●◦———

     மறுபடி மழையென

அத்தியாயம் 10

தன் கைப்பையைத் துழாவி சாவியை எடுத்து சஞ்சித்திடம் தர, அவன் கதவைத் திறந்தான். உள்ளே புதிதின் பளபளப்புடன் சுத்தமாய் நின்றது வீடு -

பளிங்குத் தரையும், வழுவழுப்பான தந்த நிற சுவர்களுமாய். வரவேற்பறை, சமையலறை போக முன்புறம் இரண்டு அறைகள்.

"பின்னால இருக்கும் அறையில் சில பெய்ண்டிங்ஸ் இர்க்குது மேடம். தேவைன்னா அதக் காலி செய்திடலாம்."

"இல்ல... அவசியமில்லை" முணங்கிய வைபவிக்குள் பெரும் மகிழ்ச்சியும்தான்... இங்கேகுடி வந்தால் இவளுக்கும் சித்திக்கும் தனித்தனி அறைகள்... பெரிய நிம்மதியுடன்!

ஆனாலும் சந்தோஷத்தின் ஊடாய் சங்கட முட்கள் இல்லாமலில்லை.

அறையின் மற்ற கதவைத் திறந்து, வெளிப்புறம் துருத்தி நின்ற பால்கனிக்குப் போக, மூன்றாம் தளத்திலிருந்து கீழே அதிக சத்தமின்றி இயங்கிய உலகம் ரம்மியமாய் தெரிந்தது. உயர்மட்ட மனிதர்கள் புழங்கும் பகுதி என்பதால் அநாவசிய கூச்சல்களோ குப்பைகளோ அழிக்காத அமைதி.

தொலைக்காட்சி திரை சலித்துப் போன சித்திக்கு இந்த வெளி உலகத் தொடர்பு நிச்சயம் புத்துணர்வு தரும். டாக்டர் அங்க்கிள் சொன்னது போல. அவர்களின் ஆரோக்கியம் சீராகும். நடந்தேதான் கடையிலிருந்து இங்கு வந்திருந்தார்கள் - வெகு சில நிமிஷ நடை. ஆக தூசியும், ஹார்ன் அலறுதலும், புகையுமான அந்த இரு நேர அலைச்சல் தனக்கு மிச்சம்.

கூடுதலாய் வரைவதற்கான நேரம் வசப்படும். அலை அலையாய் தன்னுள் பொங்கிப் பரவிய பரவசத்தை முகத்தில் கசிய விடாமல், கவனமாய் கட்டுப்படுத்தியவள்,

"சரி போகலாம்" என்றாள் துளி அலட்சியம் சேர்த்த தொனியில்.

"உங்க சாமான்லாம் எப்ப கொண்டு வர்லாம்?"

"சித்தியிடம் கலந்து பேசி, நானுமே யோசிக்கணும்."

பரபரக்காத இயல்பில் சொன்னாள்.

கேட்டவனின் பார்வையில் அதிர்ச்சியா அல்லது அது குழப்பந்தானா? இரவில் தன் வீட்டில் நடந்த குடிகாரனின் களேபரங்கள் சஞ்சித்திற்கு தெரியுமா? வினய் அதையெல்லாம் தன் ஊழியனிடம் பகிர்ந்திருப்பாரா?

மௌனமாய் வீட்டின் கதவைப் பூட்டிய சஞ்சித் சாவியை வைபவியிடம் தராமல் தன்னிடமே வைத்துக்கொண்டதை துளி எரிச்சலுடன் கவனிக்கத்தான் செய்தாள்.

மூன்றாம் தளத்தில் வேறு மூன்று கதவுகள் இருக்க, "இங்கே வேற குடித்தனம் இருப்பாங்க போல?" - விசாரித்தாள்.

"இப்போது ஒரு வீட்ல, குஜராத்தி ஃபேம்லி மட்டும் - அவங்க பிஸ்னஸ். ஆக பாதி நாளு மட்டுந்தான் சென்னையில."

"ஓஹோ?"

லிஃப்ட் அவர்களை நொடியில் கீழ் தளத்திற்கு இறக்கிவிட, நின்று வீட்டை நிமிர்ந்து நிதானமாய் பார்த்தவள், மறுபடி சாலைபுறமாய் திரும்ப, கிடைத்த காட்சியில் ஒரு கணம் கால் தடுமாறி விழுமளவில் திகைத்துவிட்டாள்!

மனதில் பதிய வைத்திருந்ததால், அத்தனை பேரிலும் அந்தப் பாதி முகம் அவளை 'சட்'டென உலுக்கிவிட்டது.

ஓரிரு வருஷங்களுக்கு முன்பு 'வாட்ஸ்அப்'பில் வந்த அந்தப் படத்தைப் பார்த்ததும் இப்படித்தான் மூச்சை இழுத்துப் பிடித்து விக்கித்தாள்.

'ஊட்டி சாலையில் வாகனங்கள் ஸ்தம்பிப்பு' என்ற தலைப்பில் வந்திருந்த செய்தி அது -

இருமருங்கும் வாகனங்கள் உறைந்து வரிசையிட்டிருக்க, மக்கள் கூட்டத்தின் நடுவே படமெடுத்து நின்ற ஐந்து தலை நாகத்தின் படம்!

'ஐயோ இதென்ன...' என்று பதறி, பயந்த பார்வையை மறுபடி அதில் துணிவாய் நிறுத்திய சில கணங்களில் விஷயம் புரிந்து, புத்தி நிலைப்பட்டது.

'ச்சே... ஏதோ போட்டோ சித்து வேலைல்ல இது? இப்படிகூடவா வேடிக்கை பண்றது?'

பாம்பின் அளவு, பார்த்து நின்றவர்களின் கோணம், முக பாவனை எல்லாம் பார்க்க, அலச, பிறகு அது வெகு அசட்டு விளையாட்டாய் பட்டது - அரைகுறையான ஒட்டு வேலை!

ஆனால் இன்று, இங்கே முதலில் நேர்ந்த அதிர்ச்சி, பிறகு விலகவில்லை... மாறாய் வளர்ந்தது.

உலகில் தனித்து வாழும் பெண்ணின் பதற்றம் அது... தன்னைப் போல இந்தப் பட்டிணத்தில் தனித்து வாழும் பல ஆயிரம் பெண்களுக்கு இருக்கும் போராட்டம் இது.

முகந்தெரியாத எதிரிகளிடம் போராடி பிழைக்க முடியுமா தாங்கள்?

எப்படி தங்களைப் பாதுகாத்துக்கொள்வது?

இந்த மிரட்டல் இன்னும் எத்தனை காலம் தொடரும்...?

இதே மிரட்சியுடன் இருக்கும் முகமறியா மற்ற பெண்களை மானசீகமாய் அணைத்துக்கொண்டவளின் மனம் விசும்பியது.

கண்ணுக்குப்புலப்படாமல் மண்ணுக்குள் 'மறைநதி' ஓடுமமே... அது போல தனக்குள் எத்தனை நதிகள். வெளிக்காட்ட முடியாத நினைவோட்டங்கள்.

சிகாமணியின் நரம்பு சுருண்ட உடலுக்கான அசைவுகளைத் தர வரும் அருள்தாஸ், இங்கிருக்கும், சில மணி நேரங்கள்

சித்ராவிற்குப் பிடிக்கும் - காரணம் அந்நேரம், அவளுக்கென வாய்க்கும் லகுவான தனிமை - ஏகாந்தம் எனுமளவில் ஒரு சுதந்திரமான விடுப்பு. தோப்பு வேலையோ, சமையல் மேற்பார்வையோகூட மனதில் கணவனைப் பற்றிய கவலையின்றி செய்ய அமையும் பொழுது. சில சமயம் புத்தகத்துடன்கூட உட்கார்ந்துகொள்ளலாம்.

ஆரம்பத்தில் ஒன்றரை மணி நேர, 'பிஸியோ தெரப்பி' என்று வந்த அருள்தாஸ், உற்சாகமான நம்பிக்கையுடன் பேசுவார்.

"மூலிகை எண்ணெய்க்கு சொல்லி வச்சிருக்கேன் தம்பி... போட்டு நீவினால் நரம்பு, திசுக்களுக்கு புது பெலம்ல?" என்று அலோபதியோடு, சித்த மருத்துவத்தையும் சேர்த்து பிரயோகித்தவர், ஆறு மாதங்கள் கழிந்த பிறகும் சிகாமணியின் அசைவுகளில், அங்க ஒருங்கிணைப்பில் முன்னேற்றம் வராததில் அடங்கிவிட்டார். அமைதியாய் பயிற்சிகளை அளித்து, மிருதுவாய் உடம்பை உருவி, அவன் குளிக்கவும் உதவுபவர்... பேச, கூட அமர்ந்து சாப்பிட என்று சிகாமணிக்கு நல்ல துணையாகிவிட்டார்.

"இப்பதான்ரிடையர்ஆனேன்தம்பி.கவெர்மென்ட்ஹாஸ்பிடல்ல இத்தனை வருஷ வேலை -பென்ஷனாய் நல்ல தொகை வருது. ஆக வீட்டுக்காரம்மா, மக வழிப் பிள்ளைகளையும் எங்க வீட்டோட வச்சு ஸ்கூல் அனுப்பறா - அவுங்க பிஸியாயிருக்க, நாம ஊடால உபத்திரவமாயிடக் கூடாதுல்ல? மேலும் ரெண்டு கேஸுக்கு சொல்லி வச்சிருக்கேன். சாயங்கால சமயத்துக்கு."

"நீங்க இப்படி பேச்சும், உதவறதுமா இருக்கறது எங்களுக்கு ஆறுதல் சார்... சித்ராவுக்குந்தான் ஏதோ நமக்குன்னு ஒரு டாக்டர் இருக்கற தெம்பு போல!"

"முறையா படிச்சவந்தான்... ஆனாலும் டாக்டரு லெவல் எல்லாம் இல்லீங்க தம்பி. கூடமாட உங்களுக்கு நிக்க எனக்கும் பிடிச்சிருக்கு."

ஆனால், அவர் வருத்தம் இவர்களுக்கும் தெரியாமலில்லை. சிகாமணியின் உள்ளிருந்து உயிர் -திரியை யாரோ இழுத்துக் குறைப்பது போல அவன் உடலின் இயக்கம் நலிவடைவது யாருக்கும் திருப்தி இல்லையே.

                                   மறுபடி மழையென

பயிற்சிகளுக்காய் கணவன் வீட்டிற்குள் போக, வழக்கமாய் அவன் நாடாக் கட்டிலின் சன்ன மெத்தையை அதன் விரிப்பு, தலையணைகளைத் தட்டி உதறி இடுவாள் சித்ரா. மூன்று நாட்களுக்கு ஒருமுறை துவைத்த விரிப்புகள் மாறும். தன்னையே தொடரும் கணவனின் பார்வை விலகிய ஆசுவாசத்தில் மற்ற வேலைகளைத் துடிப்பாய் செய்பவளுக்கு இன்று இனமறியாத அயர்ச்சி.

வெயில் படும் தோதில் மர நிழலிலிருந்து நாடாக் கட்டிலை நகர்த்தியவள், அதில் படுத்தாள். அதுவரை அதிலிருந்த புருஷனின் வெப்பம் அதில் மிச்சமிருந்தது... அவன் வாசனையுடன்.

அதனுள் கதகதப்பாய் பொதிந்துகொண்டாள்.

மல்லாக்க படுத்து மலர்த்திய கண்களில் வானம் புது மாதிரியாய் தெரிந்தது. நின்ற வாக்கில், அண்ணாந்து சில விநாடிகள் பார்க்கும் ஆகாயம் இப்படியாயில்லை - இதன் விஸ்தாரம் பிரமாண்டம் இது வரை அனுபவியாத விநோதம். நீல வானத்தில் சக்கரம் கட்டினது போல மேகங்கள் நகர்ந்துகொண்டிருந்தன. அவை சூரியனை மூடிக்கொள்ள, இவள் கண்களும் மூடின... ஆனாலும் விடாமல் சூரியன் திமிறிக்கொண்டு வெளிவர, உலகின் வெப்பம் கூடியது... கூசி மறுபடி மூடி இறுகிய இவள் விழிகளுக்குள்ளே முதலில் வெள்ளையாய் குத்திய ஒளி, பிறகு சிவந்தது... வெதுவெதுப்பான அந்த செம்மை சித்ராவிற்குப் பிடித்திருந்தது.

கணவனின் அணைப்பிற்குள் இருப்பதைப் போலந்த கிறக்கத்தை அனுபவித்தவளுக்கு கண்களில் நீர் முட்டியது. இப்போது சிகாமணி தன்னை விதவிதமாய் கட்டி இழைவதில்லை என்ற ஆற்றாமையல்ல அது. புருஷன் உயிரோடு தன்னோடு தன் பிள்ளைகளுக்கு ஆதரவாய் நிற்பதே போதுமென்ற புத்தி அவளுக்குண்டு... இது தன் அன்பின் கதகதப்பிலிருந்த மற்றொரு ஜீவனைப் பற்றிய ஞாபகம்... ஏக்கம்.

அதைக் கண்டுகொள்ளாமல் கொள்ளை நாட்களாய் தான் நிராகரித்த துக்கம் -

'இல்லதென் இல்லவள் மாண்பானால் - உள்ளதென்

இல்லவள் மாணாக் கடை'

இந்தக் குறள் இவள் பள்ளிப் பாடத்திலில்லை - பிறகு தேடி சிலாகித்து, மனனம் செய்துகொண்டதுதான்.

அதுவும் அண்ணனின் இரண்டாம் திருமணத்திற்குப் பிறகு, மனைவி நல்லவளாய் அமைய, வேறென்ன வேண்டும் வாழ்வில்? அவள் சரியில்லாது போக, மற்றவை இருந்தென்ன?

அண்ணா அத்தனை அவசரமாய் தன் இல்லில் சேர்த்துக்கொண்ட கோகிலா அண்ணி அடுத்த விசித்திரம். நேரடியாய் சண்டை, கூச்சல் என்றில்லாமலே, தான் எதிரி என்று நிர்ணயிப்பவரை எட்ட நிறுத்திவிடும், துரத்திவிடும் சாதுர்யத்தில் தேர்ந்தவள்.

அண்ணியின் போக்கிற்கு ஏற்றபடி தான் நெளியாவிட்டால், அண்ணனுக்கு மட்டுமல்ல, சின்னவள் வைபவிக்கும் பிரச்னைகள் பெருகும் என்று புரிந்து ஒதுங்கிதான் நின்றாள், இவள்.

சித்ராவை கணக்கின்றி சமைக்க வைத்தவள் சாப்பிடத் தருவதில் கணக்குப் பார்ப்பாள்.

தனக்கு கணவன் வந்த பின். அது போன்ற கட்டுப்பாடுகள் சித்ராவிற்கு சிக்கலாகின.

அதற்கென்றேதான் அண்ணனின் வீட்டினருக்கே அவள் வேறு ஒரு வீட்டிற்கு மாறியது. இரு வீடுகளுக்கும் உழைக்க சித்ரா தயாராய் இருந்தாலும், கோகிலா தடை போட்டாள்.

"ஒன்னரை காலோட நீ ரெண்டு வீட்டுக்குமாய் மாறி மாறி ஓடி உழைக்க முடியுமா? உவ்வீட்டு மட்டோட நில்லேன்."

அத்தனை தெளிவாய் இனி இது உன் வீடல்ல என்ற பிறகு தள்ளி நிற்கத்தான் வேண்டியிருந்தது.

"வெக்கையில நின்னா எனக்கு ஆகாது - தலை 'கிறுகிறு'ன்னு வரும்" என்று குளிர் காலத்திலும்கூட முணங்கிய கோகிலா, சமையலுக்கு ஒரு ஆளை நியமித்தாள்.

                                    மறுபடி மழையென

"அந்தஸ்துக்குனு இல்லீங்க - ஒரு பாதுகாப்பு எனக்கும் வேணுமில்லையா?" என்று கெட்டி நகைகளாய் வாங்கிப் போட்டுக்கொண்டாள்.

வைபவியிடம் உட்கார்ந்து பேசியதோ, பாடம் கற்றுத் தந்ததோ. பரிவு காட்டியதோ இல்லை.

அந்த பயத்தில்தான் - 'தப்பு செய்துட்டேனே' என்ற பதற்றத்தில்தான் அண்ணன் ஆரோக்கியம் குலைந்து போனது.

தன் தோப்பை உருவாக்குவதிலும், அதன் நடுவே வீட்டைக் கட்டுவதிலும் சிகாமணி மும்முரமாயிருந்த சமயம் அது.

அவன் கவனிக்காத இந்த ஏறுமாறுகளை இவளும் அவன் காதில் ஏற்றவில்லை.

அதற்குள் தாய்மை வாய்த்துவிட, சித்ராவிற்கு மற்றதெல்லாம் துச்சமாயின.

அந்த மகிழ்வை அவளது வீட்டார் பிரதிபலிக்க, அந்த கோலாகலத்தில் கோகிலா நிச்சயம் இல்லை.

'இது வேறயா?' என்ற பொருமலுடன் சுருண்டுகொண்டாள். பிரசவ நேர செலவு, பொறுப்போடு, பிறகு குழந்தையோடு கூடும் வேலைகள் எல்லாம் தன் தோளை அழுத்தும் என்ற மிரட்சியா?

ஆனால், கணவனின் வீட்டு சகாயமுமற்ற தான் வேறென்ன செய்ய? அத்தனை பூரிப்பிற்கும் ஊடாக உறுத்தின பூ முட்களை உருவிப் போடும் முடிவை, இவள் எதிர்பாராமல் சிகாமணி இரு மாதங்களில் எடுத்தான் -

'வந்து உக்காரு செல்லம்.'

கட்டிலில் அமர்ந்தவன் அதன் மெத்தையைத் தட்டாமல், தன் தொடையைத் தட்ட,

'என்னவாம்?' கணவனுக்கான வெற்றிலைச் சுருளுடன் சித்ராவும் செல்லமாகவே நெருங்கினாள்.

தாம்பூலத்தில் சிவந்த அவள் உதடுகளை வருடியவன், 'இன்னும் மூணு மாசத்துல இப்படி இணக்கமா வந்து உக்கார மாட்டடா' என்றபடி அவள் நீட்டியதற்காய் வாய் திறந்தான்.

'ஏனாம்?'

'இப்படி சிக்கனமா கொஞ்சறதுக்குக்கூட உனக்கு நேரமிருக்காதுல்ல?'

'பின்னே?'

'வீடு, குழந்தைன்னு நூறு வேலை வந்துருமில்ல?'

இன்னும் புடைத்துப் பருக்காத மனைவியின் இடையை சிகாமணியின் விரல்கள் வருடின.

'அதுக்குள்ள... அதாவது முதல்ல வீடு மாறிடலாம்னு, நம்ம தோப்பு வீட்டை வேகமாத் தயாராக்குறேன்.'

சிறு தடுமாற்றத்துடன் எழுந்தவளுடன் சேர்ந்து எழுந்தவன், பவள உதடுகளுக்கு ஈடாய் பளபளத்த முகத்தை ஒற்றைக் கையால் அழுந்த பற்றி இழுத்தபடி,

'எதுக்காம்'னு கேட்காதே, முடிஞ்சளவு சீக்கிரமாப் போய் உனக்கேற்றது போல வீட்டை நாம 'செட்' பண்ணிடறது வசதியில்லையா? உன் சீமந்தம்கூட அங்கதான் செல்லம். செட்டிலாயிட்டா, பிறகு எதை எங்க வைக்க, எடுக்கன்ற திண்டாட்டமில்லை.''

'எப்போ...?'

'வர்ற மாசம் கிளம்பிடலாம்.'

'உடனேயா?'

'ஆம்மா' - அந்த ஒற்றைச் சொல் உறுதியில், இவர்கள் வாழ்க்கை மிக மாறித்தான் போனது.

———◦◦———

 மறுபடி மழையென

அத்தியாயம் 11

மெல்லிய கண்ணாடிக் குவளைகளில், சதுர ஐஸ்கட்டிகள் சிணுங்கலாய் விழுந்து, பின் சேர்ந்த மதுவில் மிதந்தன.

"உனக்கு நிஜமாவே வேணாமா, வினய்?" கேட்ட லீனாவின் விழிகளில் ஆச்சர்யம் மிதந்தது.

"ஏன் அவனை வற்புறுத்தறே பேபி? அது அவன் முடிவு."

"இல்ல... இட் வுட் ரிலாக்ஸ் ஹிம்."

"இல்லை லீனா இப்ப எனக்கு மதுவைப் பார்த்தால் பயமா இருக்குது. எப்பவுமே அதன் மேல் எனக்குப் பெரிய ஈர்ப்பில்லை."

மெலிதான தோள் குலுக்கலுடன் வடிவான கோப்பையில் தனக்கு 'வைன்' ஊற்றிக்கொண்டாள் லீனா. பாரம்பர்ய கேரள வீடுகளில் திராட்சைப் பழரசத்திற்கான செய்முறையே பெரும் கொண்டாட்டம்.

அப்படி தயாராகும் 'மது'வை சிறு குவளைகளில் ஊற்றிப் பருகாமல் எப்படி?

தவிர கேரளத்தின் பசுமையின் ஊடாய், 'கள்ளு' என்ற பழம்பலகையுடன் ஓலை வேய்ந்த கடைகள் ஏராளம். பெரும் உணவகங்களிலும் உணவிற்கு முன் பெண்களும் 'வைன்' எடுத்துக்கொள்வது சகஜம்.

சந்துருவின் திருமணத்திற்குப் பிறகு, தம்பதியை வினய் முதன் முறை இரவு விருந்திற்காய் நட்சத்திர உணவு விடுதிக்கு கூப்பிட்டு போனபோது,

சந்துரு 'ஜின் டானிக்' ஆர்டர் செய்ய, பரிமாறுபவர்,

"அன்ட் ஃபார் த லேடி?" என்று குனிய, லீனா -

"ரெட் வைன் - ஆல்வேல்ஸ்" என்றதில், வினய்க்கு சற்று திகைப்புதான்.

பிறகு கவனிக்க, கொச்சினில் மேல் மட்டத்தில் அது பெரிய பாதகமில்லை என்று புரிந்தது - யாரும் அளவு மீறி குடிக்கவுமில்லை; குடித்துவிட்டு உரக்க உளறவுமில்லை.

நண்பனின் முக பாவனையில் சந்துரு நமட்டாய் சிரிக்க, தங்கள் வீட்டில் தயாராகும் 'வைன்' பற்றி சுவாரஸ்யமாய் கதை சொன்னாள், லீனா -

"பிள்ளைங்க நாங்கதான் திராட்சையை ஒவ்வொன்னாய் உதிர்த்து, பிறகு கழுவணும். அப்பப்போ வாயிலும் போட்டபடி அந்த வேலையை ஆசையாய்தான் செய்வோம். அம்மா அதற்கென்றே எங்க வீட்டில் தலைமுறைகளாய் உள்ள செராமிக் ஜார்களை, மரமத்துக்களை வெந்நீரில் கழுவி, காய வைக்கணும். தரமான திராட்சை, கோதுமை, சீனி வாங்குவது அப்பாவின் பொறுப்பு."

"கோதுமை கூடவா?"

"நொதிக்க உதவும் - ஈஸ்ட்டும் சேர்ப்பாங்க - இரண்டு நாளுக்கொரு தரம் துணியிட்டு இறுக மூடிய ஜார்களைத் திறந்து கிளறிவிடறது பாட்டிதான். வேற யாரையும் நம்பி அந்தப் பொறுப்பை அவங்க தர்றதில்லை."

"அதற்கென்றே தனியே அறைகூட உண்டுப்பா வினய் இவங்க வீட்டில்... அதன் கனத்த கதவைத் திறக்க, திராட்சை நுதைத்து பெருகும் வாசனை கிறங்கடிக்கும்!"

"கிறிஸ்மஸ் சமயம் கேக்கிற்கான பழங்களை எல்லாம் 'வைன்'னில் ஊறவிட்டு பிறகுதான் மாவு, முட்டையோடு கலந்து 'கேக்' தயராகும். பண்டிகை சமயம் வான்கோழி வறுவலோடு குடிக்கும் 'வைன்' அபாரம்."

"அப்ப உங்க பாட்டியும்கூட 'வைன்' எடுத்துப்பாங்களா?" வினய்யின் ஆரம்ப அதிர்ச்சி, கதை கேட்ட ஆச்சர்யத்தில் ஆர்வமாக மாறியிருந்தது.

　　　　　　　மறுபடி மழையென

"அவங்க 'கொனோசியர்!' அதாவது ருசி பார்ப்பதில் கில்லாடி. முதல் மிடறை வாயிலிட்டு கண்களை மூடி, தியானத்திற்கு போய்... அவங்க கண் திறக்கும் விதத்தில் எங்களுக்கு ரிசல்ட் தெரியும். கண்ணைத் திறக்கும் முன்னமே அவங்க மூக்கு சுளித்தால் - 'போச்சு!' அவங்களுக்குத் திருப்தியில்லைன்னா - அத்தனையும் தோட்டத்திற்குத்தான்."

"தோட்டம் செழித்து பெருகும்! கிரேப்ஸ் நல்ல ஆண்ட்டி ஆக்ஸிடெண்ட் இல்லையா?" சந்துரு கண் சிமிட்டலுடன் அக்கதைகளுக்கு முத்தாய்ப்பு வைப்பான்.

சில நண்பர்களின் வீடுகளில் கண்ணாடி மூடிய தேக்கு 'கேபினெட்'டுகளில் மிக அலங்காரமாய் மது ரகங்கள் வைக்கப்பட்டிருந்தாலும் - அங்கே குடி பிரச்னையல்ல.

ஆனால், மது பழகாத தனக்கு அது நிச்சயம் பாதிப்புதான். நண்பர்களின் வற்புறுத்தலுக்காய் குடித்த பிறகு, வாய்க்கும் அந்த மந்த நிலை வினயக்கு ஒவ்வாது-

கொதிப்பேறிய புத்தியை நீவிவிடுமென தான் நினைத்து எடுத்த 'விஸ்கி' எப்படி தன் வாழ்வை தடுமாற வைத்துவிட்டது.

யோசனையுடன் தனக்கான ஆப்பிள் ஜூஸ் நிரம்பிய கண்ணாடி டம்ளரை எடுத்துக்கொண்டவன்,

'அதுவும் குடிச்சுட்டு நான் காரை ஓட்டினது முட்டாள்தனம். நல்லவேளை அந்நேரம் அனுபவ் என்னோடு இல்லை. அப்படி அவனுக்கு ஏதும் ஆபத்து நேர்ந்திருந்தால், என்னை நானே மன்னிச்சிருக்க மாட்டேன்."

தலை கவிழ்ந்திருந்த சிநேகிதனை தேற்றும் நோக்கில் பேசினான் சந்துரு -

"விபத்துகள் அப்படித்தானே நேருது... எதிர்பாராமல்? ஆனால், அதனால் சின்னவனை ஹாஸ்டலில் சேர்க்கலை - அது போக, அந்தப் பெண்ணை அப்போதானே நீ சந்திச்சே?"

வினயிற்கு இந்த தம்பதியுடன் நேரம் செலவிட பிடிக்கும். தொழில் முறையில்தான் சந்துருவோடு பழக நேர்ந்ததென்றாலும், ரசனையோடு வியாபார நோக்கும்

இவர்களுக்குள் ஒத்துபோனது. சந்துருவின் திருமணத்தின் பிறகு, லீனா மற்றொரு இனிய - இவர்களது சம்பாஷணைகளை உயிர்ப்புடன் நகர்த்திய புத்திசாலிப் பெண்.

ஆக தன் சொந்தக் கதைகளையும் அவர்களிடம் வினய் பகிர்ந்ததுண்டு.

"அனுபவ் எத்தனை சுவாரஸ்யமாய் பேசறான் தெரியுமா? அவன் தாத்தா அவனை நல்ல முறையில் வளர்ப்பதாய்தான் தோணுது... மகளை சரியாய் வளர்க்கலன்ற உறுத்தலில் பெரியவர் மாறிட்டார், வினய்."

"ஆனால் பிள்ளைகளுக்கு 'ஸ்கூலிங்' என்பதும் இருக்கே - ஆக அவன் சென்னையில் பெரியவரோட இருப்பதுதான் சரி - நானும் தினம் பையனைப் பாத்துக்கறேன்..." என்ற வினய்யின் முகம் கனிந்தது.

"அந்தப் பெண்ணையும் தினம் பார்க்கறே இல்லையா?"

லீனா கண்சிமிட்ட, அவள் கணவன் பார்வையால் அவளை அடக்க முயன்றான்.

"சும்மாயிரு சந்துரு - வினய் அந்தப் பெண்ணைப் பார்த்து பிறகு அலைமோதியதில், கவிதையெல்லாம்கூட எழுதினான். அது எனக்குத் தெரியும் - ஏன்னா நான் அதை வாசிச்சேன்."

"நோ... அந்தக் கவிதையை நான் எழுதலை பத்திரிகையில் வெளியான ரவிங்கறவரின் வரிகள்... ஆனா, என் உணர்வுகளை அழகாய் பிரதிபலிச்சதாய் நினைத்ததால் என் டைரியில் எழுதி வைத்தேன்."

"அப்போ நான் தமிழ் எழுத கற்ற டைம். முதல் பக்கத்தில் இருந்த வரிகளை ஆர்வத்தில் வாசிச்சுட்டேன் - அழகான வரிகள்... ஆக ஆசையாய் ரெண்டு தரம் வாசிச்சதில் இன்றும் எம்மனசில் பதிஞ்சிருக்குது..." சொன்னாள் லீனா.

"அதுதான் கவிதை..." ஒரு மிடறு பழரசம் பருகியவன் சிலாகித்தான்.

"புதைத்துப் பார்த்தேன் – முளைக்கிறது.

                                   மறுபடி மழையென

எடுத்துப் பார்த்தேன் - உயிர்க்கிறது.

கரைக்கலாம் என்றால் – மிதக்கிறது

சுமக்கலாம் என்றால் – கனக்கிறது!

பாவி - என்னடி செய்வேன்

உன் ஞாபங்களை?"

உமர்கயாம் போல ஒரு கையில் மதுக் கோப்பையை உயர்த்தி லயிப்புடன் லீனா அந்த வரிகளை சொல்ல,

"லவ்லி - ஆனா லீனா, நீ ரொம்ப என் ஃப்ரெண்ட்டின் அதரங்கத்தைத் துருவறே" - சந்துரு சலித்தான்.

"இப்போ 'பாவி' என்பதற்கு பதிலாய் அவள் பெயரை அங்கே போட்டுடலாம் - இல்லையா, வினய்... நானுங்கூட நினைக்கவேயில்லை, அந்தப் பெண்ணை நீ மறுபடி பார்ப்பாய்னு" கணவனின் கண்டிப்பை சட்டை செய்வதாயில்லை லீனா.

"எனக்கு நம்பிக்கையிருந்தது லீனா... அன்று நடந்தது கடவுளின் கருணைன்னா, அது தொடரும்னு முழு மனதாய் நம்பினேன்."

"ரைட்... அப்ப அவளிடம் நேரடியாய் சொல்லிடறதுதானே? நல்லவேளை அந்தப் பெண் இன்னும் கல்யாணம் செய்துக்கலை - இனியும் இழுக்க வேண்டாமே?"

"எப்படி சொல்றது? அவளுக்குப் புரியறது போல சொல்ல முடியுமா என்னால்? எனக்கே பல சமயம் புரியாத இந்த உணர்வை நான் எப்படி அவளுக்குக் கடத்தறது... கேட்ட பிறகு நம்புவாளா?"

முடிச்சிட்ட புருவங்களோடு வினய் கேட்ட குழப்ப கேள்விக்குள், மற்ற இருவரும் ஒப்புதலாய் புகுந்து நின்றார்கள்.

சிகாமணியின் விபத்திற்குப் பின்னான வாழ்வில் நேர்ந்த ஒரே ஆசுவாசம் அருள்தாஸின் பரிச்சயம்தான்.

'ஒரு நல்ல பிஸியோதெரபிஸ்ட் உங்களுக்கு அவசியம்' என்ற மருத்துவரின் பரிந்துரையில் வந்த அந்த அறுபது சொச்ச வயதுக்காரரை யாருக்கும் பிடித்துப் போகும்.

வெள்ளைக் கதர் சட்டையில் வந்து நின்றவரின் கருணை முகமும் கரிசனையுடனான பயிற்சிகளும் சிகாமணிக்கு பெரிய தெம்பு. அருள்தாஸ் உடனிருக்கும் நேரம், கணவன் தன்னைத் தேடாதது சித்ராவிற்கும் தேவைப்பட்டது. அல்லது சவலைப் பிள்ளை போல சதா அவனுக்கு மனைவி தேவைப்பட்டாள்.

அவர் சொன்ன குட்டிக் கதைகளும், நம்பிக்கையான பேச்சும் மருந்தைவிட முக்கியமென்பது இவளின் கணிப்பு.

சில மூலிகை எண்ணெய்களுக்குச் சொல்லி வைத்து, அவற்றைக் கொண்டு உடம்பு நீவிவிட்டபடி பேச்சு தருவார் அருள்தாஸ்.

"என்ன குறை தம்பி உங்களுக்கு? ஆண்டவர் எல்லாம் நிறைவா தந்திருக்காரே - இது ஒரு சின்ன சறுக்கல் இதைச் சமாளிச்சு மேலேறி வரும்போது மனசு வலுவாகியிருக்கும் - கூடவே அதில் கஷ்டத்திலிருக்கும் சக மனுஷரைப் பற்றிய இளகலுமிருக்கும். எல்லாம் அவர் திட்டந்தான்."

"என்ன திட்டமோ?" சிகாமணி குமுறுவான்.

"நல்லதை எல்லாம் ஏற்கும் நாம சிரமத்தையுந்தான் எடுத்துக்கணும் - இப்படி ஒரு குரு சொல்ல, சீடனுக்கு அதை ஏற்க முடியலையாம்!"

"என்ன குட்டிக் கதையா?"

"அப்பத்தானே நமக்கு சுலபமாய் புரியும்? மதிய உணவில் சீடனுக்கு அதிர்ச்சியாயிடுது. ஏன்னா ஒரு கிண்ணத்தில் பால், மற்றதில் சாணம்! சீடனின் முகச்சுளிப்பைக் கவனிக்கிறவர், விளக்கம் தர்றார்.

'இரண்டுமே பசுவிலிருந்து வருபவைதான். பாலை ஏற்கும் நாம், ஏன் மற்றதை ஏற்பதில்லை? சாணி மண்ணில் புதைந்து உரமாகிறது - ஆக நாம கேடாய் நினைப்பதும் நம் வாழ்க்கைக்கான உரம்தான் – அப்படி வலுவாகி உயருவதுதான் சரி - என்ன சரிதானே?"

                                        மறுபடி மழையென

ஆரம்ப சில வாரங்கள் அவரிலிருந்த உற்சாகம், பிறகு குறைந்திருந்ததை சித்ராவும் உணர்ந்தாள். ஆனால் மனிதரின் கரிசனை கூடியிருந்தது. இவர்களுக்கு அவர் அருளய்யா ஆகிப் போனார்.

வாய்க்கும் தனிமையில் சித்ராவின் கவலையான யோசனைகள் வைபவியையப் பற்றிதான்.

தான் அவளுக்கு துணையாய் நின்று உருவாக்கியதாய் பெருமைப்பட்டுவிட முடியாது. வைபவி இல்லாத தன் வாழ்வு மிக வறட்சியாக இருந்திருக்கும். ஆக கிடைத்த பாசமும், உதவியும் பரஸ்பரம்தான்.

இப்போது தன் பிள்ளைகள் அவள் வாழ்வை சுவையாக்க வேண்டிய பருவம்... தன் பிள்ளைகளோடு தானும் ஒதுங்கிக்கொண்டு, வைபவியைக் கோகிலா அண்ணியோடு விட்டு வந்திருந்தது தப்புதான்.

மற்றதில் எல்லாம் வளைந்து போகும் தன் புருஷன் ஏன் இந்த விஷயத்தில் இத்தனை விறைப்பாய் நின்றுவிட்டான்?

அண்ணனின் மரணத்திற்கு பிறகு,

'உங்க அண்ணி இனி இங்கே இருக்கப் போறதில்லை. வீட்டை விற்று பணத்தை தகுந்தபடி டெபாஸிட் செய்திடலாம். சென்னை போறது, வைபவியின் எதிர்காலத்துக்கும் நல்லதுதான்' ஒதுங்கி விட்டான்.

"அங்கே எங்கே, எப்படி தங்குவாங்க?"

'ஆரம்ப வசதியெல்லாம் எம்பங்காளி செய்து தருவான். ஆனா, உங்கண்ணிக்கு நம்ப ஒத்தாசை தேவையில்லை சித்ரா - நாம ஒதுங்கிடணும்ற எதிர்பார்ப்புதான அவங்களுக்கு. நாம நெருங்கினா இரு தரப்புக்குமே பொல்லாப்புதான்.'

ஆனாலும் பட்டும் படாமல் வைபவியிடம் தன் தொடர்பு இருந்தது - 'சௌக்கியமா?' என்று மூன்றாம் நபரிடம் கேட்டுக்கொள்ளும் அளவில்...

பழம் நினைவுகள் தாலாட்டுமா என்ன?

அதுவும் அத்தனை சுகமில்லாத ஞாபகங்கள்?

ஒருவேளை உறக்கம், தன்னால் சமாளிக்க இயலாத நிஜங்களிலிருந்து தப்பித்தல் போலும்.

நடுப்பகலில், வெட்ட வெளியில் தூங்கிப் போனாள் சித்ரா!

"யம்மா... யம்மாடி..."

திடுக்கிட்டு விழித்தாள்.

மறுகணம் தன் நிலை புரிந்து குறுகியவள், அவசரமாய் எழுந்தாள் - இயல்பாய் படிந்த உறக்கத்தை வெடுக்கென உதறியதில் உடல் நடுங்கியது.

"உடம்புக்கு ஏதுவும்மா?" எதிரே நின்ற அருளய்யா மிருதுவாய் கேட்டாலும் அவரது பார்வை பதறியது.

"ல்ல... இல்லீங்க..."

"முகம் சிவந்து கிடக்குதும்மா."

"லஜ்ஜைங்க - இப்படி நிலையறியாது தூங்கற சமயமா இது அதான்."

"அதனால என்னம்மா" என்றவள் முறுவலுடன்

"வழக்கொழிஞ்ச வார்த்தையக் கேட்க நல்லாயிருக்குது" என்றார் இவளை ஆசுவாசப்படுத்தும் நோக்கில்

"எங்க பக்கத்துத் தெருவிலிருந்த தெலுங்கு ஆட்களின் பேச்சு..." சொல்லிவிட்டு, கூச்சமாய் முகம் கழுவப் போனாள் சித்ரா.

———◦○◦———

 மறுபடி மழையென

அத்தியாயம் 12

மனதுள் அந்த சந்தேகப் புகை மண்டாவிட்டால், வைபவியின் நாட்களில் தற்சமயம் குறை சொல்ல முடியாத பிரகாசம்தான்!

மலைப் பிரதேசத்தின் பனிக்காற்று பரிசுத்தமானது, என்பது தெரிந்த பயணிகள், பனிக்காலத்திலும் போய் அந்த ஆரோக்கியத்தை சுவாசித்து அனுபவிப்பார்களாம்.

ஆனால், புகையை உள்ளிழுக்க முடியாதே... தவிர்ப்பது நலம்.

இப்போது தன்னைச் சூழ்ந்திருப்பது தூய பனி மூட்டமா, புகையா?

இது புகையானால், எந்த நெருப்பிலிருந்து கிளம்பியது? அல்லது மூடுபனியைத்தான், தான் புகையென்று எண்ணி தினறுகிறேனா?

இப்படியான யோசனை மட்டுந்தான் இவளுக்கான இப்போதைய சிக்கல்...

மற்றபடி புது வீட்டில் இவர்களது நாட்கள் சுலபமாய் நகர்ந்தன. பாதுகாப்பாய் உணர்ந்தது பெரும் நிம்மதி.

ஐந்தரைக்கெல்லாம் விழித்ததும், பால்கனியில் நின்று காபி குடித்துவிட்டு, ஓவிய வேலைதான்...

இவள் வேலையில் மும்முரமாய் இருப்பதால் சித்தி ஓரளவு மற்ற வேலைகளைச் செய்யத்தான் வேண்டியிருந்தது.

இவள் சொல்லாமலேயே டிரைவர் சஞ்சித் வெளிச்சம் விழும் இடமாய் கணித்து கேன்வேஸிற்கான ஈஸலை வைத்திருந்ததால், ஆர்வமாய் வேலை தொடர்ந்தது. ஒவ்வொரு வர்ணமாய் ஆங்காங்கு பதிய, இவள் கற்பனையில் புது வடிவங்கள் பெருகின.

அலைச்சலில்லாமல் வேலைக்கும் போக முடிந்ததால், முன் இரவில் மீண்டும் தூரிகையும் வண்ணங்களுந்தான்.

ஆனால் ஐந்தாம் நாள் -

"இது வைபா மேடம் வீடுதானா?' என்று பய்யமாய் வந்து நின்ற பெண் சொன்ன விவரம் அதிகப்படியாய் பட்டது.

"வீட்ல நாங்க ரெண்டே பேர்தான்மா... ஆக நீ வந்து செய்ற அளவு இங்கேயென்ன வேலை? உம் பேரென்ன சொன்னே...?"

"அமராவதிங்க... அமரான்னுவாங்க. தெக்கயிருந்து வந்த குடும்பம் – ஆக உள்ளூரு ஆளுகளப் போல சம்பளம் தாரவங்கள 'இந்தா - நீ - வா - போ'ங்கனும் பழக்கமில்ல."

சின்ன சிரிப்புடன் பேசிய பெண்ணிற்கு முப்பதுகளில் வயசிருக்கும். சித்து உடலுடன், சுத்தமாய் உடுத்தியிருந்தாள்.

"அதெல்லாஞ் சரி - இங்க வீட்டு வேலைக்கு ஆள் வேணும்னு நான் சொல்லி வைக்கலையே தேவையுமில்ல, அமரா."

தூரிகையில் வர்ணம் காய்வதற்குள் அதைக் கழுவித் துடைத்தபடி, பொறுமையாகவே வைபவி விளக்கினாள்.

"கம்பெனியிலேந்து அனுப்பின ஆளுங்க நானு. போட்டோ, ப்ரேமு கடையச் சேந்த மத்த வீடுங்களையும் நாந்தான் சுத்தம் பண்ணி பாத்துக்கறது."

"அது ஆளில்லாத வீடுங்க. வெறுமே படங்கள் மட்டுந்தான் - இங்க நான் இருக்கேனே."

"ஆளு புழங்குற வீட்டுல கூடுதலு சாக்ரதையா இருக்கணுங்களே? பழசு, சாப்பிட்ட மிச்சத்துக்கு எலி வரும்ல? ஒவ்வொரு படமும் சாஸ்தி விலையுள்ளதாமே...?"

பேச்சோடு வீட்டினுள்ளே சுற்றி வந்த அமராவின் கண்கள் விரிந்தன.

"நீங்க வரைவீங்களா மேடம்? அழகாத்தானிருக்குது. இத்தனை பெரிய்ய படத்த போட்டு முடிக்க, ரொம்ப பொறுமைதான் உங்களுக்கு."

மறுபடி மழையென

கலையை திறமையோடு அல்லாமல் பொறுமையோடு கோர்த்துவிட்ட அப்பெண்ணின் பாமரத்தனம் வைபவிக்கு எரிச்சலூட்டவில்லை. கோகிலா சித்தி போல,

'அப்ப இது லட்ச ரூபாய்க்கு போகுமோ?' என்று கேட்காதவரை சரிதான்.

அதற்குள் வாசல் பக்கம் கேட்ட பேச்சில் முகம் காட்டிய கோகிலாவின் முகம், கேட்ட விவரத்தில் மலர்ந்தது.

"வீட்டு வேலைலன்னா... என்ன செய்வே?"

தோரணையாய் விசாரித்தார்.

"நல்லா சமைப்பேங்கம்மா. வீட்டு சாமானுக வாங்கணுமா, இல்ல உங்ககூட மார்க்கெட்டுக்கு பையோட வரணுமா – எல்லாஞ் செய்வேன். பிறவு பாத்திரங் கழுவி, கூட்டி, துடைக்கிறதுதான். துணி காய விட்டு, மடிச்சு வைப்பேன்."

மூத்தவளின் முகம் மலர்ந்த அளவிற்கு வைபவியின் கண்கள் கடுத்தன.

"என்ன அமரா? வீட்டைப் பெருக்க அனுப்பினாங்கன்னு சொன்னே... இப்ப புதுசா பேசற?"

"உங்க தேவைக்குத்தானம்மா...? உங்களுக்கு வேண்டியதை செய்யச் சொல்லி விட்டாங்க. சம்பளம் கம்பெனியில வாங்கிக்கணும் நானு."

"சொன்னேனேம்மா... வீட்ல நாங்க ரெண்டே பேரு - சாப்பாடு சுருக்கந்தான்" – அவசரமாய்

மறுத்த வைபவியின் ஒரக்கண் பார்வையில் தெரிந்த கோகிலாவின் முகம், கலவரமூட்டியது.

ஆசைக் கனல் அங்கு ஜிவுஜிவுத்தது!

"கம்பெனி செலவுன்னா ரொம்ப வசதியாப் போச்சு... முடியலம்மா! நாமே பாலைக் காய்ச்சி, சாதம் வடிச்சு, காய நறுக்கி, புழுங்கினதை எல்லாம் கழுவி, ஒதுக்கி... கிறுகிறுன்னுது."

'செய்யறது எல்லாம் நாந்தானே' என முடியாமல், ''நானும் பார்த்துக்கிறேனில்லையா சித்தி'' என்றாள் நாசூக்காய்.

''வெளி வேலையோட, 'வொர்க் ஃப்ரம் ஹோம்'னு, வீட்டிலேயும் அதே வேல உன்னை தொத்திட்டு வந்திருது. எனக்குன்னு ஸ்பெஷலாய் ஏதும் சமைக்க முடியுதா உன்னால? வெந்ததைத் தின்னுக்கறேன்.''

''இனி நா எல்லாம் பொறுப்பா செய்றேங்க மேடம். இன்னைக்கே வேலைக்கு சேந்துடவா? உளுந்து இருக்குல்ல வீட்டுல? ஊறவிட்டு, மத்த வேலைய முடிச்சுட்டு, முறுவலா வடை சுட்டெடுத்து தந்துட்டுப் போறேன்.''

'வா' என்பது போல கோகிலா வாசலிலிருந்து நகர்ந்து நிற்க, மறுக்க வழியில்லை இளையவளுக்கு.

ஆனால், தொடர்ந்து தூரிகையைக் கையிலெடுக்க முடியவில்லை... இந்த மிக வசதியான வீட்டிற்கு குடி மாறி, ஒரு வாரம் திரும் முன்பே வருகிறது அடுத்த சலுகை!

பொறி தெறிக்கும் கங்கில் ஒரு பிடி சாம்பிராணி தூளைத் தூவியது போல குப்பென கிளம்பியது புகை... கமகமவென்றுதான் என்றாலும், நிச்சயம் மூச்சடைத்தது!

வீடு மாறியது போல, கடையிலும் இவளது வேலையின் போக்கு மாறியிருந்தது.

வெளிநாட்டு வாடிக்கையாளர்களின் நீண்ட பட்டியலும் அவர்களின் ரசனையும் தேவையும், இவள் வசம் ஒப்படைக்கப்பட்டன.

ஆக இவள் வேலை பெரும்பாலும் கணினியின் முன்புதான். ஒரு பணியாளருடன் சென்று கடையிலும், வீடுகளிலும் அடுக்கப்பட்டிருந்த ஓவியங்களையும் போய் பார்த்து, அவற்றை படமெடுத்து, தொகுத்து வைத்தாள்.

அதற்கான பாராட்டும் மிஸ்ராவிடமிருந்து வந்தது -

''குட் வொர்க். பல பெயின்ட்டிங்க்ஸ் நீ விவரிப்போது அனுப்பின 'மெயில்' படங்களைப் பாத்தே ஸோல்ட் அவுட்!

மறுபடி மழையென

தரம் பார்த்து வாங்கலாம், வினய் நார்த்தில அடுத்த கடை போட்ற வேலையில பிஸி. தேங்காம பெயிண்ட்டிங்க்ஸ் விற்றால் தானே நமக்கு லாபம்?"

"யெஸ் சார் - சிலரின் தேவைகளையும் நோட் பண்ணி வச்சிருக்கேன். இதை ஒத்தாற் போல ஆர்ட்டிஸ்களிடம் நாம் படங்களை வாங்கினால், உடனே வித்துடும்... தவிர ஃப்ரேமிங் வெளிநாடுகளில் சுலபமில்லை – வெரி எக்ஸ்பென்ஸிவ் – நாம் செய்து அனுப்பறது நல்லது – ஆனா, அவங்க ரசனை வேறுபடுது - அது குறித்து ஃபீட் பேக் கேட்டிருக்கேன்."

"கிரேட். யூரோப்பியன் டூரிஸ்ட்ஸ், இண்டியா வந்தாலும் டெல்லி, ஆக்ரா, ராஜஸ்தான் பார்த்துட்டு பறந்துடறாங்க. சவுத் வற்றதில்லை ஆக நாம அவுங்கள 'ரீச்' பண்ணணும்னால் நார்த் போக வேண்டிருக்குது."

"இப்ப டிஸ்டன்ஸ் ஒரு பொருட்டில்லையே சார் - 'மெயில்' மூலமே நம்ப விற்பனை கூடியிருக்குதே."

மிஸ்ரா யோசனையாய் தலையாட்டினார் -

"அதுதான் நம்க்கு புரிய வச்சிருக்குது வைபா – நேரில் நம்ப படங்களை அவங்க பார்த்தால் நீ சொல்றது போல அவங்க ரசனைப்படி ஃப்ரேம் பண்ணுன ஆர்ட் வொர்க், - பறந்துடும் என்ன விலைன்னாலும்."

இவள் பதிலுக்கு மரியாதையாய் தலையசைத்து வைத்தாள். ஆக இவர்கள் தனக்கு செய்து தந்த வசதிகளுக்கேற்ப தன் திறனும் உயர்ந்தபடி போவது வைபவிக்கும் புரிந்தது.

'தேளின் சுபாவம் கொட்டுவதென்றால், நல்லவரின் சுபாவம் உதவுவதுதானே?' என்று வந்த உதவிகளுக்கு எல்லாம் இவள் உன்னத சாயம் பூச முடியாது.

இது முதலாளிகளின் வியாபாரத் திறன்... வேலையாளின் திறமையறிந்து அதை ஒட்டக் கறக்கும் வித்தை!

வைபவி ஆசுவாசப்பட்டுக் கொள்ள மற்றொரு காரணம் வினய் தேசிகன் கடைக்கு வருவதேயில்லை.

மிஸ்ரா, வாடிக்கையாளர் ஒருவரிடம் பேசியதிலிருந்து இளையவர் வெளியூரில் என்று யூகிக்க முடிந்தது.

வீடு வெகு அருகில் என்றாக, மதிய உணவிற்கு வீடு போய் திரும்பினாள்.

அமரா சமையலின் வித்தியாசம் ரசிக்கும்படிதான் இருந்தது. தெற்கின் வாசனையுடனிருந்ததை சாப்பிட்டு விட்டு, சற்றும் படுத்தும் விட முடிந்தது. அதிகாலையில் எழுந்து ஓவியத்துள் புகுந்து விடுபவளுக்கு இடையில் கிடைத்த ஓய்வு மிக உதவியது.

வரவேற்பறையில் நிற்கும் அகண்ட கேன்வாஸ் இவளது உற்சாகத்தை, கற்பனையை உந்தி மேலேற்றியபடி இருப்பதாய் படும். அதில் பதிவாகிக் கொண்டிருந்த கொண்டாட்டம் இந்த வீட்டிலும் பரவியது போலொரு உணர்வு. அன்று மாலை எதிலிருந்து தன் வேலையைத் தொடருவதென்று புள்ளி குத்தியபடி கிளம்புவது வைபவிக்குப் பிடித்திருந்தது. கரும்பின் கணுக்கள், ஒரு பொங்கல் பானை, மாட்டுக்கொம்பு, பூர்த்தியானால் கூட உற்சாகந்தான்.

தவிர கோகிலா சித்தி இப்போது புலம்புவதில்லை.

விதவிதமான உணவினோடு கூட, பேச்சுத் துணைக்கு அமரா இருப்பதாலோ? அமராவதியின் குரலோ, வேலை வீச்சோ உரக்க இருக்காதது பெரும் நிம்மதி.

இந்த அமைதியுடன் சில நாட்கள் நகர, அன்று மதியம், உணவு இடைவேளையென வீடு வந்த வைபவி குழம்பினாள்.

அழைப்பு மணி அழுத்தின பிறகும் சில நிமிஷங்களாய் கதவு திறக்கவில்லை... வீட்டினுள்ளே நடமாடும் சத்தமுமில்லை.

தன்னிடமிருந்த உபரி சாவி கொண்டு கதவைத் திறக்க, எதிர்கொண்ட காலி வீடு, விநோதமாய் தெரிந்தது. இப்படியான வெறுமைக்குள் தன்னை சதா விட்டு விடாத இறைவனுக்கு நன்றி சொன்னவளின் மனம், அதில் கோகிலாவையும் இணைத்துக்கொண்டது. பாவம் சித்தியும் தன்னோடு வந்து விடுகிறாளே... சித்ரா அத்தை நிச்சயம் பூம்பொழிலை, தன் பண்ணைப் பொறுப்புகளை, குழந்தைகளை, முக்கியமாய்

    மறுபடி மழையென

அதிகம் நகர, நடமாட முடியாத கணவனை விட்டு இங்கே இரண்டு நாட்கள் கூட வந்து தங்கிப் போக முடியாது.

வைபவியின் 'கைபேசி' கோகிலாவை கூப்பிட்டது -

"என்ன சித்தி – எங்கேயிருக்கீங்க?"

இந்த மொபைல் யுகத்தில் 'எங்கே இருக்கிறாய்' என்பதுதான் 'எப்படி இருக்கிறாய்' என்பதை மீறிய முதல் கேள்வியாகி விட்டதை புன்னகையுடன் நினைத்தபடி.

"சொல்லணும்னு நினைச்சு... மறந்துட்டேன் பார். செக்-அப்பிற்கு வந்திருக்கேன் வைபவி."

உற்சாகமாகவே கேட்டது சித்தியின் குரல்.

"டேவிட் அங்க்கிள் கிளினிக்கிலா இருக்கீங்க?"

"இது வேற பெரிய டாக்டர். அமராவுக்குத் தெரிஞ்சவராம் கைராசியானவருன்னா. அதான் சேர்ந்து கிளம்பிட்டோம். பொறுமையா நாஞ் சொல்றதெல்லாம் கேட்டுட்டு, டானிக், மாத்திரைனு எழுதித் தந்திருக்காரு – வாங்கிட்டு வந்திருவோம்."

"சரி சித்தி. ஆட்டோ எடுத்துட்டு வாங்க."

"டாக்ஸியிலதான வந்தோம். உன் ஆபீஸ் ட்ரைவர் சஞ்சித்துக்கு தெரிஞ்ச ஆளு. ஆக பயமில்ல.'

"ஓ... சரி."

வீடு மாறியதில் சித்தி உற்சாகத்திற்கு மாறியிருந்ததில் சந்தேகமில்லை. இனி மருந்தும் சேர அவரைப் பற்றிய கவலையில்லை என்ற எண்ணத்தால் அடிக்கடி தான் பூட்டிய வீட்டைத் திறந்து கொண்டு நுழைவதை வைபவி பொருட்படுத்தவில்லை. தவிர துணைக்கு அமராவும் போயிருக்கிறாள்தானே என்ற தெம்பு. அமிழ்ந்துகொண்டிருந்த வேலையும் முக்கிய காரணம்.

* * * * *

அன்று அலுவலக கணினியில் வந்திருந்த கடிதங்களை ஒரு பார்வையில் ஓட்டிய பிறகு, 'அர்ம்ஸ்டர்டாம்' நகரிலிருந்து வந்த வேண்டுதலில் இவளது கருத்து ஆர்வமாய் பதிந்தது.

தனக்குத் தேவையான ஓவியத்தை அத்தனை விவரித்திருந்தார் அந்த 'டச்சு' நாட்டுக்காரர்.

அது வைபவியின் மனக்கண்ணில் உருவானது – விரல்கள் அதை காகிதத்திற்கு கடத்த பரபரத்தன!" தற்சமயம் நேரமில்லாததுதான் குறை... அல்லது இவர் கேட்கும் சாயலில் இவளால் அந்த ஓவியத்தை எழுப்ப முடியும்... ஆனால், முதலில் லீனா தந்த வேலையை பூர்த்தி செய்யாமல் மனதை அலைபாய விடக் கூடாது...

கதவு தட்டப்பட, நிமிர்ந்தாள்.

"யெஸ்..."

ஒரு சாணளவு திறந்த கதவின் பின்னே தெரிந்த முகம் வைபவியை நிஜமாகவே ஆச்சர்யப்படுத்தியது.

"வாங்க மேம்... நிச்சயம் உங்க ஆயுசு நூறுதான்."

"எதுக்காய் யோசிச்ச? வேலை தந்த ஆள், மாயமாயாச்சுன்னா?"

பழுப்பும் கறுப்பும் கலந்த குர்தி, ஜீன்ஸில் பளிச்செ்ன்றிருந்த லீனா அறைக்குள் வந்தாள்.

அந்த உற்சாகத்தில் வைபவி தானாய் உண்மையைச் சொல்லிவிட்டாள் -

"டச் கஸ்டமர் ஒருத்தர் கேட்ட ஓவியத்தை மனசு தயார் பண்ண ஆரம்பிச்சிடுச்சி – உங்க வேலையை முடிக்காமல் அங்கே தாவுவது நியாயமில்லைன்றது போல ஒரு யோசனை."

"ரொம்ப சரி. புதுசின் ஆர்வத்தில் என்னதை முடிச்சிரு. எப்போ ரெடியாகும்?"

காதிலும் கழுத்திலும் கறுப்பு முத்துக்களை அணிந்திருந்த லீனாவின் விழிகள் அவற்றுக்குப்

                                    மறுபடி மழையென

போட்டியாய் ஆர்வத்துடன் மின்னின.

"ஏதும் விசேஷம் வருதா மேம்? டெட் - லைன் சொன்னால் இன்னும் வேலையை விரட்டுவேன்."

இப்போது லீனாவின் விழிகளின் வேறு ஒரு யோசனை குறுகுறுவென ஓடியது.

"மறந்துட்டியா?"

"ஸாரி... எனக்குத் தெரியாதே உங்க பர்த்-டே, அனிவெர்ஸரி?"

"அதில்லை வைபா என்னை லீனான்னு கூப்பிடச் சொன்னேன். 'மேம்' – சகிக்கலை..."

"சரி... ஷ்யூர்."

"டெட்-லைன் இருக்குது – ஏன்னா அப்பதானே நீ உன் அடுத்த ப்ராஜெக்ட்டிற்கு போகலாம். அதைச் சொல்லத்தான் எட்டிப் பார்த்தேன்."

அடுத்த வேலை என்னவாயிருக்கும் என்று வைபவிக்குள் தலை நீட்டிய ஆவலை,

"முதல்ல செய்யும் வேலையை முடி' என்று அவளே நறுக்கிக்கொண்டாள்.

இவள் தயக்கத்தைக் கவனித்த லீனா -

"டச் ஆசாமியின் மெயிலை நான் பார்க்கலாமா?" பேச்சை மாற்ற, அது அவள் பார்வைக்குத் தரப்பட்டது.

நெதர்லண்ட் ரசிகர் மாடலாய் அனுப்பிய படங்களின் பின்னணி கருமைதான். அதில் நபர்களோ, வித்தியாசமான முகங்களோ, வெளிச்சத்தின் வெவ்வேறு கோணங்களில் பிரகாசித்தன.

"இந்த பாணியில் இந்திய நபர்கள் தேவையாம்..."

குனிந்து கணினியின் படங்களில் மூழ்கியிருந்தவர்களை அந்தக் குரல் தட்டித் திருப்பியது.

"அது ரெம்ப்ராண்ட் ஸ்டைல். போட்டோக்ராபியில் இண்ட்ரஸ்ட் இருப்பவங்க இதை 'ரெம்ட்ரான்ட் லைட்டிங்'னுவாங்க."

வந்த விவரத்துடன் ஆச்சரியத்துடன் சட்டென திரும்பிய வைபவி அத்தனை சிறுபையனை எதிர்பார்க்கவில்லை!

இவனுக்கு சில நூற்றாண்டுகளுக்கு முன்னே வாழ்ந்த ஓவிய மேதை ரெம்ப்ரான்ட் பற்றி எப்படி தெரியும்? இத்தனை விவரமாய் பேசுகிறானே!

இந்த மலைப்பை மற்றொரு காரணம் மிஞ்சியது -

பத்து வயதிற்குள்ளான அந்தச் சின்னவன் வினய் தேசிகனை உரித்து வைத்திருந்தான்!

———○◦○———

மறுபடி மழையென

அத்தியாயம் 13

விழிகளைத் தட்டாமல், விலக்காமல் சிலையாய் நின்றவளிடம் லீனா அவனை அறிமுகப்படுத்தினாள் -

"அனுபவ் - வினய்யின் மகன்."

"ஹலோ" - புன்னகைத்த உதடுகள் ரோஜா இதழ்கள்தான் - அத்தனைக்கு வெளுப்பு அவன்.

"இவங்கதான் வைபவி ஆன்ட்டி."

தகப்பனின் சாயலில் தாயின் நிறங்கொண்டு உருவான பிள்ளை!

தலைமுடிகூட கெட்டிப் பட்டாய், வினயினது போலத்தான்.

இவளது தாயைத் தேடுவது போல சற்று அலைபாய்ந்தது வைபவியின் பார்வை... அந்த வேகத்தில் தன் மூச்சு ஒடுங்கிவிட்டிருந்ததையும் கவனிக்கத்தான் செய்தாள்.

நிச்சயம் அனுபவ்வின் தாய் தேவதை போலத்தான் இருப்பாள். பளிங்கில் செய்த சிலை போல.

செங்கற் குவியலின் மீது ஏறி நிற்பவருக்கு கீழே ஓரிரு கற்கள் உருவப்பட, தடுமாறுவது போல... இந்தக் கற்பனையில் தான் நிலைகுலைவதும் புரிந்தது.

தோற்றத்தைக்கூட பெரிது படுத்த வேண்டாம்... ஆனால், இந்த வயதிற்கு இப்படியான ஞானமா?!

"என்ன வயசு உனக்கு, அனுபவ்?"

"நைன்."

தன் உயரத்தைக் கூட்டுவது போல எம்பி நின்று அவன் சொன்ன விதம் அவன் இன்னும் சிறுபிள்ளைதான் என்றது. கம்பன் வீட்டுத்

தறி கவி பாடுகிறது என்றாலும், நாலு நூற்றாண்டுகளுக்கு முன் வாழ்ந்த ஓவிய மேதை பற்றி சிறுவன் அறிந்து வைத்திருப்பது அசாத்தியம் எனப்பட்டது.

"ஹிஸ் இஸ் எ ப்ராடிஜி…"

பாராட்டுடன் வைபவியின் கை சிறுவனின் தலையை வருடியது.

நினைவுடுக்கினுள் ஒரு மின்னல் ஓடியது…

இதே போல முன்பு… இல்லை, சமீபமாய்… தான் வருடிய ஒரு தலையை அது இவளுக்கு ஞாபகமூட்ட முயன்றது. சற்று நேரம் அமைதியாய் கண் மூடி நின்றால், வைபவி அந்த சம்பவத்தை உருவி மீட்டிருக்கலாம்… ஆனால், அது வாய்க்கவில்லை.

"உங்க பெயிண்ட்டிங்காக லீனா ஆன்ட்டி காத்திருக்காங்க… எங்கே அது?

இவளுக்கு இந்த ஞானக் கொழுந்திடம் தன் கை வேலையைக் காட்ட சற்று யோசனைதான்… நறுக்கென்று பேசியவனை கண் நிரம்ப பார்த்துவிட்டு,

"அது என் வீட்ல இருக்குது அனுபவ்" என்றாள்.

"எங்க இருக்கீங்க…?"

"பக்கத்தில்தான்."

லீனா இடை புகுந்தாள்.

"யெஸ்… சமீபமாய்த்தானே நீ நம்ப கம்பெனி வீடு ஒன்றிற்கு மாறின வைபா. அப்ப போய் பார்க்கலாமா?"

லீனா தன் தமிழ் சற்று கொச்சை என்பதால் பெரும்பாலும் ஆங்கிலத்தில் பேசினாள்.

"சந்துருவின் ஆபீஸ் – டெக்கர் அவருக்குத் திருப்தி… என் வேலை பாதியாவது வந்திருக்குதா வைபா… ஸாரி, இப்படி ஒரு ஆர்ட்டிஸ்டிடம் கேட்பது தப்புதான். ஆனால், அதைப் பார்க்க ஆசை…" லீனாவின் குரல் குழைந்தது.

"அனுப்ப வேண்டிய 'மெயில்ஸ்' இருக்குது."

     மறுபடி மழையென

முயன்று 'மேடம்' என்பதைத் தவிர்த்தாலும், வைபவிக்கு எதிரே நின்றவளின் பெயர் சொல்ல தயக்கந்தான். ஆக சிறிது நாட்களுக்கு மொட்டையாய் பேச வேண்டியதுதான்!

"முடியேன். அனுபவிற்கு ஷட்டில் ராக்கட் ஒன்று வாங்கணும். அந்த வேலையை முடிச்சுட்டு வர்றோம்... ஆனா, வரும்போது லஞ்ச் நேரமாயிரும். ஆக சாப்பிட ஏதேனும் வாங்கிட்டு வர்றோம் - உன் வீட்டில் சேர்ந்தே நாம லஞ்சை முடிச்சுடலாம்."

வீட்டிற்கு வருகிறேன் என்பவர்களை 'வராதே' என்பதா? அந்த அநாகரீகத்தைச் செய்ய மனமின்றி,

"கண்டிப்பா வாங்க" வரவேற்றாள்.

அமராவை கைபேசியில் கூப்பிட்டு சில விவரம் சொல்லிவிட்டு, அலுவலக வேலையாள் வேலையில் இறங்கினாள்.

ஆனாலும் மதியம் ஒரு மணிக்கு, தன் வீட்டிற்கான முதல் விருந்தாளிகளுடன் 'லிஃப்ட்' ஏறினபோது மனதினுள் பதட்டம் வட்டமிட்டிருந்தது.

லீனாவிற்கு தன் ஓவியம் திருப்தி தருமா?

அவளது பேச்சு, உடை, நடவடிக்கை அத்தனையிலும் நயமான நாகரீகமுண்டு. அத்தனை தேர்ச்சியுள்ள பெண்ணிடம் தன் வேலை தேர்வாகுமா?

பெரும் பணம் தந்து வரவேற்பறையில் மாட்டும் ஒரு ஓவியம் வீட்டாரின் ரசனையைக் காட்டுவது - அதில் ஒப்புரவு செய்து கொள்ள முடியாதுதான்.

லீனாவின் முகம் துளி சுணங்கினாலும் தன்னால் தாங்க முடியாது. அத்தனைக்கு ரசித்து உருவாக்கிக்கொண்டிருந்த காட்சி அது. வர்ணங்களும், வைபவத்தின் கொண்டாட்டமும் அதில் அழுத்தமாய் பதிவாகிக்கொண்டிருந்ததாய்தான்...

இந்நேரம் சித்தியும் வீட்டிலில்லை.

இருந்தால் பேச்சு இவள் வேலையில் மட்டும் நில்லாமல் வேறு வட்டமடிக்கும். இதனூடே விருந்தாளிகளை உபசரிக்கும் முறை வேறு மனதுள் ஓடிக்கொண்டிருந்தது.

வாசற் கதவை வைபவி திறக்க, இடப்புறம் வரவேற்பது போலிருந்தது அந்த ஓவியம்தான் - அதுவும் விஸ்தாரமாய்...

சம்பிரதாயமாய் 'வாங்க' எனவும் முடியாதளவில் இவள் உதடுகள் உலர்ந்துவிட்டன. ஆனால், வைபவியின் பார்வை வந்த இருவரின் முகபாவனையை துல்லியமாய் அளந்து உள்வாங்கியது.

"கிரேட்" - அரைநிமிடத்திற்கு பின் வந்த பாராட்டிற்கு முன்னமே அதே பாராட்டை லீனாவின் விழிவியப்பு தெரிவித்திருந்தது.

"உங்களுக்குப் பிடிச்சதில்... எனக்கு நிம்... நிறைவு, லீனா."

"நிறைய நேரத்தை இதில் செலவழிச்சிருக்கீங்க... தேங்க்ஸ்."

"தேங்க்ஸ்ங்க. ஜூனியர் க்ரிட்டிக் என்ன சொல்வார்னும் பயம்மாத்தான் இருந்தது... இருக்குது!"

"ரொம்ப கிராண்டா இருக்கு ஆன்ட்டி" ரசித்து பதிலளித்தான் சின்னவன்.

"அனுபவ் புத்திசாலிதான் - சதா சங்கீத சூழலிலிருக்கும் வீடுகளில் குழந்தைகள் ராகத்தின் பெயர்களைச் சொல்றதில்லையா? அதுபோல, இவனுக்கு ஓவியர்கள் பரிச்சயம்... ரசனையும் உண்டு. ஆனா, நீ மிரளும் அளவில் எதுவுமில்லை - கூல் வைபா."

"சித்தி என்னோடு உண்டு. இன்று டெய்லர் கடைக்கு போயிருக்காங்க போல."

"தனியாவா?"

"வேலைக்கு அமராவதின்னு ஒரு பெண் வந்ததால அவங்களுக்கு ஒரு தைரியம் - அவங்களுக்குத் துணையிருக்குதுன்ற நிம்மதி எனக்கு. உட்காருங்க. இது வாஷ் ரூம்."

"ரைட் உனக்கும் சேர்த்து புலாவ், ஜிஞ்சர் சிக்கன் வாங்கிட்டு வந்தேன் வைபா. நாம சேர்ந்தே சாப்பிடலாம்."

"வீட்டுக்கு முதல் தரம் வந்திருக்கீங்க மேம்... லீனா, ஆப்பம் பிடிக்குமா? சொதி தொட்டுக்க?"

"ஷ்யூர் – கேரளாக்காரங்கிட்ட இந்த கேள்வி கேட்கலாமா?"

  மறுபடி மழையென

அடுப்பை பற்ற வைத்து, வைபவி மற்றதைத் தயாராக்க,

அனுபவ் இவளுடனேயே நின்றான்.

நடுவில் கனமாகவும், சுற்றிலும் மெல்லியதாய் விரிந்த ஆப்பத்தை சுவாரஸ்யமாய் பார்த்தவன்.

"ஓ... இப்படித்தான் இந்த டிசைன் வருதா?" புன்னகைத்தான்.

இவன் தாய் சமையலறைக்குள் போகும் ரகமல்ல போலும், ஆக இது இவனுக்குப் பரிச்சயமற்ற துறை!

"உனக்கு இனிப்பு பிடிக்கும்ணால், தேங்காய்ப் பால் கூட இருக்குது அனுபவ்... சீனி சேர்த்த பாலில் ஊறிய ஆப்பம் பிரமாதமாய் இருக்கும்."

"தேங்க்ஸ் ஆன்ட்டி – எனக்கு ரெண்டு."

உணவகத்தில் 'ஆர்டர்' தருவது போல சொன்னவன், "அடுத்த ஆப்பம் நான் சுத்தவா?" கேட்டான்.

"செய்யேன்... அடுத்தது முட்டை ஆப்பம் போடலாம்."

தான் தயாரித்த பதார்த்தத்தை அனுபவ் மேஜைக்கு எடுத்து வர,

"அடடா... இப்போ சமையலில் எக்ஸ்பெர்ட் ஆகப் போறியா ஜூனியர்?" விழிகளை உருட்டினாள் லீனா.

"எத்தனை நாளாச்சு இத்தனை மிருதுவான ஆப்பம் சாப்பிட்டு... அதுவும் சுடச்சுட..."

"தேங்காய் மலிவாய் கிடைச்சதுன்னு ஆறேழு வாங்கிட்டு வந்ததால, இந்த மெனு."

"எக்ஸலென்ட்" ரசித்து சாப்பிட்டாள் லீனா அடுத்தது மேலே உடைத்துற்றப்பட்டு பதமாய் வெந்த முட்டையுடன் வந்த ஆப்பத்தை கண்டவள்.

"அடடா... கொள்ளாம்" பாராட்டினாள் தன் தாய் மொழியில்!

"ஆனா, வயிற்றில்தான் இடமில்லா."

"ஆசையாய் அனுபவ் போட்டது, லீனா - அடுத்தது வேகுது. இனி அனுபவ் சாப்பிட ஆரம்பிக்கலாம்."

இயல்பாய் தன்னால் மற்றவளின் பெயரைச் சொல்ல முடிந்ததில் வைபவிக்கு ஆச்சரியந்தான்.

"கிரேட்... உன் விரல்களின் மற்றொரு வித்தை இது."

"பெயிண்ட்டிங் முழுக்க முடியவும், நுணுக்கங்களைச் சேர்க்க மேலும் மெருகாகும்... அதற்கேற்ற ஃப்ரேமும் சேர..."

"அந்த தலைவலியை நாம வினய்யிடம் விட்டுறலாம். நீயும் உட்காரேன்."

"யெஸ் ஆன்ட்டி – அடுத்த ஆப்பம் நானே செய்யப் பாக்கறேன்" - என்ற சின்னவனின் ஆர்வத்தை இரு பெண்களும் ரசித்தனர்.

எழ முயன்ற லீனாவை,

"மதியம் ஒரு கரண்டி தயிர் சாதமேனும் எடுத்துக்கணும் – மா இஞ்சி ஊறுகாய் வைக்கவா?"

அதையும் ரசித்து சாப்பிட்ட லீனா,

"உணவும் உபசரிப்பும் ஏ-ஒன்! தேங்க்ஸ் வைபா. நீ எதையுமே முழுமையாய் செய்ற ஆள்னு... புரிஞ்சுக்கிட்டேன்"

ஏதோ சொல்ல நினைத்து, சுதாரித்தது வைபவிக்குப் புரிந்தாலும், பாராட்டில் பொய்யில்லை என்ற நிறைவுடன்,

"இதொண்ணும் பெரிசில்லை... நீங்க இப்படி வந்து, சாப்பிட்டது எனக்குப் பெருமை" கூச்சத்துடன் புன்னகைத்தாள்.

சாப்பிட்டு முடித்து மிஞ்சிய தேங்காய்ப் பாலை தட்டை உயர்த்தி உறிஞ்சி முடித்த அனுபவை பார்த்தவளின் புன்னகை மேலும் மலர்ந்தது.

"நீங்களும் உதய்பூர் வர்றதுல ஐயாம் திரில்ட் ஆன்ட்டி." சின்னவன் சொன்னதை புரியாமல் பார்த்தவளிடம், லீனா -

"யெஸ்... இப்படி ரசனையான உன்னோடு லேக் – சிட்டியில் தங்குவது சிலாக்கியந்தான். நீயும் அந்த ட்ரிப்பை ரொம்ப அனுபவிப்பே." தடுமாற்றமாய் சொன்னாள்.

                    மறுபடி மழையென

லீனா வாங்கி வந்த உணவை, சுவை பார்க்க சற்று வாயிலிட்ட வைபவிக்கு அதை விழுங்க முடியவில்லை. தண்ணீர் குவளையை இவளது கை பதற்றமாய் தேடியது!

*   *   *   *   *

குறைந்தது என்பது வயதான வீடுகளிருந்த ஒடுங்கிய சாலையில் தன் வாகனத்தை நிறுத்திவிட்டு, டாக்டர் டேவிட்டின் கிளினிக்கினுள் நுழைந்தாள் வைபவி.

வரிசையாய் நின்ற பழங்கால வீடுகளில் ஒன்றில்தான் அவரது மருந்தகம்.

வெளி தாழ்வாரத்தில் வரிசையாய் மடக்கும் ரக இரும்பு நாற்காலிகள் - அதில் பாதிக்கு மேல் நோய்க்கு பரிகாரம் தேடி வந்திருந்த எளிய மக்கள்.

உள்ளறையிலிருந்த நர்ஸ் இவளை அடையாளம் கண்டு புன்னகைத்துவிட்டு, இரண்டாம் நிமிஷம் வெளியே வந்து -

"இந்த பேஷண்ட் பார்த்ததும் டாக்டர் க்ரீன்-டீ குடிக்கற நேர்ந்தான். அந்நேரம் போய்க்கோங்க. சித்திஎப்படியிருக்காங்க?" விசாரித்தார்.

"பரவால்ல... முன்னைக்கு ரொம்ப தேவலை. அவங்க சம்பந்தமாய்தான் சில சந்தேகம்..."

"உங்களுக்கு ஒரு க்ரீன்-டீ ?"

"சரிங்க."

வெயிலுக்கும் அலைச்சலுக்கும் தொண்டை வறண்டிருந்ததுதான்.

"உட்காருங்களேன்."

"இருக்கட்டும்" என்றவள் அங்கே குறுக்கும் நெடுக்குமாய் ஓடிக்கொண்டிருந்த குழந்தைகளை வேடிக்கை பார்த்தபடி நின்றாள்.

சற்று நேரத்தில் வந்த சுடு பானத்தின் முதல் மிடற்றை ருசித்ததும், முயன்று முகம் சுளிப்பதைத் தவிர்த்து கொண்டாள். கடும் துவர்ப்பாயிருந்தது அது.

"க்ரீன்–டீயில் துளி தேன் விட்டுக்கலாம். மற்றபடி சீனி சேர்க்க கூடாது."

"ஓ?... நான் லைம் – டீ போடுவேன் - கடுந் தேநீரில் கொஞ்சம் லைம் சேர்த்து. இது பழுக்கமில்லை."

"இது உடம்பை de-tox செய்யும். கழிவுகள் தேங்கறதுதானே பிரச்சினை? ஆனா, இது குடிச்சதும் வாயை நீரால் கொப்பளிச்சுடணுமாம். இல்லைன்னா பல் எனாமலை அரிக்கும்னு டாக்டர் ஒரு கட்டுரையில் பார்த்து சொன்னார்."

"ஓ...?"

"ருசி, வாசனை தேடறவங்களுக்கு இதிலே இஞ்சி, பெர்ரி, வகைகள் இருக்கும். உங்க சித்தி ஒருவேளை அதை ஒத்துக்குவாங்க."

மெல்லிய கிண்டலிருந்ததுதான் அவரின் கண்களில்.

இப்போது அமராவதி தயாரிக்கும் சுக்கு மல்லி காபியை மறுக்காமல் சித்தி குடிப்பதே பெரிது.

'இத்தோட, சுண்டலு சாப்பிட்டா, உடம்பு 'கிண்'ணுனு இருக்கும்மா. அத்தனையும் சத்து!'

என்று அமரா சிறு பிள்ளை போல நயங்காட்டி இவர்களுக்கு தரும் உணவது!

இப்படியொரு உதவியாள் கிடைத்தது பாக்கியந்தான்...

"இங்கே... சிட்டியில் வீட்டு வேலைக்கான சம்பளம் எவ்வளவுங்க?" - விசாரித்தாள் வைபவி.

"நாம அவங்க வர்றதுக்குள்ள வேலைகளை தயாராய் வச்சுடணும். ஒரு மணி நேரத்துல சூறாவளியாட்டம் அடிச்சுட்டு போயிருவாங்க. பாத்திரங் கழுவி, வீடு கூட்ட மாசம் ஆயித்து

                    மறுபடி மழையென

ஐந்நூறு. மெஷினிலிருந்து துணியெடுத்து காய போட்டு, காய்கறி நறுக்க, அது டபுள்ளாயிடும்.”

“இதோட சமையலும் செய்தால்?”

“அதாகும் பத்து, பதினைஞ்சு. அரை நாள் வேலையில்லையா.”

ஏறக்குறைய முழு நாளுமே தங்களோடிருக்கும் அமராவிற்கு? அப்படியானால் தங்களால் கம்பெனிக்கு என்ன செலவாகிறது

கணக்கிட்டதில் இவளது தலை கிறுகிறுத்தது.

———◆———

அத்தியாயம் 14

யாரும் பெரும் பாறையில் மோதிக் கொள்வதில்லை; இடறுவது சிறு கற்களில்தான்'.

ஆக தன் அலட்சியம் நல்லதல்ல.

சிறியதாய் தோன்றிய உதவிகள் இப்போது தன்னைச் சுற்றி வளைத்து ஒரு கோட்டையாகிக்கொண்டிருக்கிறது... மேலே தெரியும் வானமும் மூடிவிட்டால் இதுவே சமாதியாகிவிடும் ஆபத்துண்டு!

சமையல் ஒத்தாசை என்று வந்த அமராவதி, அலுவலகம் அவளுக்கு பணித்திருந்ததையும் செய்யாமலில்லை. இவர்களின் வீட்டின் மூன்றாம் அறையிலிருந்த ஓவியங்களைப் பராமரிக்கத்தான் செய்தாள்.

மெல்லிய பிரஷ்ஷால் இருபது படங்களையேனும் சிலும்பலாய் துடைத்து இடம் மாற்றி வைப்பதுண்டு. மற்ற வீடுகளிலும் இருக்கும் படங்களை அவள் இப்படி கவனிப்பதாய் எடுத்துக்கொள்ளலாம் என்றாலும், அமராவை சித்தி கோகிலா நகர விடுவதாய் தெரியவில்லை.

அமராவதியும் சொல்லாமலேயே வீட்டின் வேலைகளை இழுத்துப் போட்டு செய்து வைக்கிறாள்.

'இதெல்லாம் மிஷினுல போட்டா, மங்கிடுங்கம்மா' என்று இவளது குர்திகளை கையால் அலசியிடுபவள், அவற்றை நிழலிலேயே உலர்த்தி, பிறகு இஸ்திரியிட்டும் இவளது படுக்கையில் வைப்பதுண்டு.

தவிர சித்தியுடன் ஏறக்குறைய தினசரி வெளியே போவதும் வருவதுமாய்...

இத்தனைக்குமான சம்பளம்...? நிச்சயம் தன்னால் தர முடியாதததுதான்.

அதை அலுவலகம் தரட்டுமென விட்டு விடுவதும் சரியேயில்லை...

"டாக்டர் வரச் சொன்னார்" என்று உதவியாள் தன்னருகே வந்து முணுமுணுக்க, அவசரமாய் மீதமிருந்த தேநீரைக் குடித்துவிட்டு அங்கே நுழைந்தாள் வைபவி.

தன்னைப் புன்னகையுடன் எதிர்கொண்டவரைப் பார்த்ததுமே, மற்ற சஞ்சலங்கள் ஒதுங்கிக்கொண்டது போலிருக்க, "நல்லாயிருக்கீங்களா அங்க்கிள்" என்றாள் பாசத்துடன்.

"வாம்மா – இதுவும் வேண்டியதுதான் - டாக்டரையும் நலம் விசாரிக்க வரும் நலம் விரும்பிகள்!"

"ஸாரி அங்க்கிள்... முன்னயே வர நினைச்சேன்... வீடு மாறியது பெரிய வசதிதான்னாலும், வேலைகளும் நிறைய... மாறும் நேரம் மினி லாரி, ஆட்களெல்லாம் நீங்க அனுப்பினது பெரிய உதவிங்க."

"அதெல்லாந்தான் போனில் சொல்லிட்டியேம்மா."

தேநீர் பருகியபடி சொன்னார் டேவிட். இவர் சகாயமில்லாவிடில் அந்த வேலையையும் இவளது நிறுவனமே செய்து தந்திருக்கும். ஆனால், தனக்கு வேறு மனுஷரின் ஒத்தாசை உண்டு எனக் காட்டிக்கொள்வது பாதுகாப்புத்தானே?

"நீங்க பக்கத்திலிருப்பது பெரிய தைரியம் அங்க்கிள்."

"சித்தி எப்படியிருக்காங்க?"

இவள் புது வீட்டின் மாற்றங்களை விளைவுகளை எல்லாம் சுருங்கச் சொல்ல, கவனமாய் கேட்டுக்கொண்டார்.

"வேற டாக்டரிடம் போறதில் தப்பில்லம்மா..."

"நிறைய டானிக், மாத்திரைன்னு சித்தி கொண்டு வந்திருப்பதுதான் சரியில்லையோன்னு பட்டது. ஆக புது

டாக்டர் தந்த மருந்து சீட்டை கொண்டு வந்திருக்கேன். உங்களுக்குத் தெரிஞ்சிருப்பது நல்லதில்லையா?"

கோப்பையை தன் இடது கைக்கு மாற்றிய டேவிட், இவள் நீட்டிய சீட்டை வாங்கிப் பார்த்தார்.

"ம்ம்... பெரிய இடமாய்த்தான் போயிருக்காங்க... பலது சத்து மாத்திரைன்னும் வகை... ஃபைன். மற்றது அநாவசியம்... என்னைப் பொறுத்தவரை. கோகிலாக்கும் வயசு ஐம்பதை நெருங்குதில்லை? இப்பவே தூக்க மாத்திரை எடுக்கறதைத் தவிர்க்கணும். பிறகு எடுத்தாத்தான் தூங்க முடியும்னுன்ற நிலைமையாகும் – ஆக நிறுத்திடலாம்."

"இன்னும் உங்களுக்காய் பேஷண்ட்ஸ் காத்திருக்காங்க, அங்க்கிள். நான் கிளம்பறேன்" எழுந்தவளின் உடல்மொழியை சரியாய் கணித்தவர்,

"இன்னும் உனக்கும் பேச விஷயமிருக்கில்லையா? கொஞ்சம் இரு நானே உன்னை ட்ராப் பண்ணிடறேன்" புன்னகைத்தார்.

வைபவி மறுக்கவில்லை

வெளியே தூசி மண்டிய சாலையில் நடந்தபடி தான் டாக்டரிடம் சொல்ல வேண்டியவற்றை கோர்வையாய் யோசித்தபோதுதான், தன்னுள் தன் வேலை மட்டுமே இதுவரை வியாபித்திருந்ததை உணர்ந்தாள். வர்ணங்களும் வடிவங்களும் அவளை முழுதுமாய் வளைத்து பிடித்திருந்தன - வேறு யோசனைக்கு விடாமல்!

அது போக நடந்தவற்றை வேறு ஒருவரோடு அலசி போட்டு ஆராய்ந்தால், தெளிவு வரும்.

ஆக டேவிட் வந்து, இருவருடன் கார் கிளம்பியதுமே வைபவி கேட்டு விட்டாள்.

"என்ன அங்க்கிள் - எங்க வீட்டிற்கு எதிர் பக்கமில்லையா போகணும்?" என்று

மற்றபடி கற்பனையில் ஊறிய அவளது புத்தி நிகழ் உலகில் இத்தனை சுறுசுறுப்பாய் இருக்காது!

"முதல்ல நம்ம வீட்டிற்குப் போறோம். மல்லிகா அடிக்கடி உன்னை விசாரிப்பா. இன்னைக்கான டின்னர், மெது தோசையும் மீன் குழம்பும்! உன்னோடு சேர்ந்து சாப்பிட்டால், எங்களுக்கு அது மேலும் ருசிக்குமில்லையா?"

ஆக சுலபமாய் பேச்சு வெளியூரில் படித்துக்கொண்டிருக்கும் டேவிட்டின் மகன்களுக்கு மாறியது.

அந்தப் பேச்சின் சில நிமிடங்களிலேயே வீடு வந்துவிட, இவர்களுக்காய் வாசலிலேயே காத்து நின்ற மல்லிகாவுடன் பரஸ்பர விசாரிப்புகள் தொடர்ந்தன.

"ரொம்ப சந்தோஷம்மா வைபவி உன்னைப் பார்த்தது. அடிக்கடி உன்னை நினைச்சுப்போம், பேசுவோம்..."

சம்பிரதாயத்தை மீறிய சந்தோஷத்துடனிருந்த சந்திப்பில், சாப்பாடுமே அலாதியாய் ருசித்ததுதான்.

"இப்பதான் சிட்டிக்குள்ளே வந்தாச்சே... அப்பப்போ வாங்கடா. கோகிலாவையும் பார்க்கணும்."

அந்த வெகு இனிமையான மாறுதலுக்குப் பின் விடை பெற்றவளுக்கு மறுபடி டாக்டரின் பழைய மாருதியில் ஏற தயக்கமாய் இருந்தது.

"ஊபர் வசதியிருக்க, உங்களை நான் இப்படி அலைய விடறது தப்பு அங்க்கிள்."

"ஆனா இந்த டிரைவருடந்தானே நீ மனந் திறந்து பேச முடியும்?" சிரித்தார் டேவிட்.

"டாக்ஸிக்கு சொல்லிட்டு, காத்திருக்கும் நேரத்தில் நான் உங்களிடம் பேசியிருக்கலாம்."

"அடடா... உன் கதைக்கு ஏற்ப என் வாகனம் தன் வேகத்தை அட்ஜெஸ்ட் பண்ணுமே. அந்த நுட்பமெல்லாம் வேறெங்கேயும் உனக்குக் கிடைக்காது."

"சுந்தரி அத்தையையும் பார்த்து ரொம்ப நாளாச்சு"

"சிகாமணியின் நிலைமையில் முன்னேற்றமில்ல - அது போதாதா சுந்தரியின் சோர்வுக்கு? ஆக நாம அந்தப் பிள்ளையை எதற்கும் எதிர்பார்க்கக்கூடாது."

ஆக டேவிட் அங்க்கிள், சுந்தரி அத்தையுடன் தொடர்பில்தான் இருக்கிறார்...

அந்த யோசனையுடன் தன் வாழ்வில் கடந்த ஒரிரு மாதங்களாய் நடந்தவற்றை சுருங்க சொன்னவள், தன் உணர்வுகளை மட்டும் மறைத்தே வைத்தாள்.

இதையே தன் அத்தையிடம் பகிர்ந்திருந்தால் கதை வேறு மாதிரி போயிருந்திருக்கும்.

'ஆரம்பத்தில் எனக்கு தனிப்பட்ட சலுகைகளோடு, என்னால் மற்ற ஸ்டாஃபிற்கும் வசதிகள் வந்ததாய், கேள்விப்பட்டபோது நம்பவே இல்லைத்தை நான்! ஆனா, எடுத்ததுமே வேலை, நல்ல சம்பளம் சாப்பாடு, வசதி, வீடு மரியாதைன்னு அதெல்லாம் வளர, தள்ளிவிடவும் முடியலை... ஆனா, ஜூனியர் கல்யாணமானவர்னு தெரிய அந்த ஆரம்ப பதற்றம் திரிஞ்சு... மனசு உதறுச்சு அத்தை."

இதற்கு மேல் விளக்காமலேயே அத்தை இவளது உணர்வுகளைப் பிடித்துவிடுவாள்.

நெருக்கமான பெண்களிடம் அந்தரங்கத்தைப் பகிரலாம்.

சொன்னது சமவயது சிநேகிதி என்றால் –

'ஐயய்யோ ஜாக்ரதைடி... ஆம்பளைகளை நம்பவே முடியாது. ஆசை காட்டி சின்ன வீடாக்கிட்டால் நம்ப லைஃப் போச்சு.' என்று மிரளுவார்கள்!

அத்தை நிதானமானவள் –

'காதலோ அதை ஒத்த உணர்வுகளோ மணல் கடிகாரம் போல... மனது நிரம்ப நிரம்ப, மூளை காலியாகும்' – நறுக்கென எச்சரித்திருப்பாள்.

நிதானமாய் காரை செலுத்திய டாக்டர், தனக்குள் பேசுவது போல சொன்னார்.

                              மறுபடி மழையென

"ஆரம்பத்தில் உன் வேலையைத்தான் சீனியர் மிஸ்ரா கணக்கில் எடுத்திருக்கார். உன் மிடுக்கான தோற்றமும் ஆபூர்வந்தானே...? ஆனா..."

தீர்ப்பிற்காய் காத்திருக்கும் ஒரு நிரபராதியைப் போல வைபவிக்குள் ஒரு வெலவெலப்பு –

"பீச்சோரமிருந்த பழைய வீட்டு காம்ப்பௌண்டில் குடிகாரன் நுழைஞ்சு களேபரம் செய்த அந்த இக்கட்டு நேரத்தில் சரியாய் உனக்கு ஜூனியரிடமிருந்து போன் வந்தது அதீதமான கோ – இன்ஸிடென்ஸ்! இல்லையா?"

இந்தக் கோணம் இதுவரை இவள் கவனியாததுதான் - இப்போது நினைக்க வெகு சுலபமாய் தான் ஒரு வலைக்குள் சரிந்தது போலத்தான் படுகிறது.

"பக்கத்தில், பாதுகாப்பான ஒரு வீட்டை இளம் பெண் ஊழியருக்குத் தருவது சரி... அதற்கு ஒரு முழு நேர உதவியாள்...! கம்பெனி C.E.O. லெவல் சலுகை அல்லவா!"

டாக்டர் புருவம் உயர்த்தினார்.

"அதற்கான காரணம் சமீபமாய்த்தான் தெரிய வந்து அங்க்கிள்."

கார் ஓரமாய் நிறுத்தப்பட்டது.

அது தனி பங்களாக்களுள்ள சந்தடியற்ற சாலை என்பதால், தேவையான அமைதி அங்கிருந்தது.

சிலர் தனியாகவும், சிலர் நாய்களுடனும் நடைபயிற்சியில் இருந்ததோடு சரி

"சொல்லும்மா" என்ற டேவிட்டின் முகத்தில் கவலையின் சாயல்.

"என்னை உதய்பூரில் நாம் நடத்தப் போகும் ஓவியக் கண்காட்சி, விற்பனைக்கு கூட்டிப் போறதாய்... இந்த தகவலும் சின்னவன் அனுபவ அறியாமல் போட்டு உடைச்சதுதான், அங்க்கிள்.

'நீங்க எங்களோடு வட இந்தியா வர்றீங்'ன்னு ஒரு உற்சாகத்தில் அவன் சொல்ல, லீனா சமாளிப்பாய், 'நீயும் உதய்பூரை ரொம்ப ரசிப்பாய்'னு சொன்னாங்க..."

"ஸோதகவல் சரியானதுதான்... ஆனால், உன் சம்மதம் கேளாமல் எப்படி அந்த முடிவை உன் கம்பெனி எடுத்தது? எத்தனை நாட்களாம்?"

"நான் அதைக் கேட்கத் துணியலை அங்க்கிள். கேட்டால் மறைமுகமாய் நான் சம்மதிச்சதாய் அவங்க எடுத்துக்கொள்ளக் கூடுமே...?"

ஸ்டியரிங்கில் தாளம் தட்டாமல், சிலை போல உன்னிப்பாய் இருந்தார் டேவிட்.

கேட்டவருக்கும் இது கலக்கம்தான் என்பதில் சற்று ஆசுவாசப்பட்டாள் வைபவி.

நின்ற இடம் முழுக்க பழுகுவதற்குள் அடுத்த மாற்றம் என்பது போல தன்னை ஏற்றிக்கொண்டே போனவர்கள், இப்போது இடத்தையே மொத்தமாய் மாற்றுவது அப்படியொன்றும் சகஜமான சமாச்சாரமில்லைதான்.

சிற்றோடையில் மட்டும் வாழும் மீனை, கடலில் கொண்டு விட்டால் அது பிழைக்குமா?

"ஆக உன்னைக் கூட்டிக்கொண்டு... கடத்துவதற்கான ஏற்பாடுதான் கோகிலாவிற்கான இந்த பராமரிப்பு?

'சித்தியை விட்டுட்டு நான் எங்கேயும் வர முடியாது' என்று நீ மறுக்கக் காரணம் தரக்கூடாதென்ற முன் எச்சரிக்கை?"

இந்தப் பெண் லீனா எப்படி? கணவர் ம்யூஸீஷியன் இல்லையா?"

"ரொம்ப நாகரீகமானவங்க. பேச்சு, உடை, பழகுவதில் எதிலும் குற்றமே தெரியலை. அனுபவ்விடம் காட்டும் அனுசரனைதான் என்னிடமும்."

சற்று செருமிய டேவிட்,

"ஜூனியர் உன்னிடம் பழகும் முறை... அவர் பார்வை, பேச்சு ஏதும் உன்னை அசௌகரியப்படுத்துமா?"

"கண்ணியமானவர் - எல்லாரிடமும்" சட்டென சொல்ல முடிந்தது அவளால்.

     மறுபடி மழையென

புள்ளி குத்த முடியவில்லை என்றாலும் தன்னைச் சுற்றிலும் வலை விரிக்கப்பட்டிருந்ததும் அதன் ஆபத்தும் நிச்சயம்.

இந்த ஆபத்தின் ஊடாய் சில திகில் திருப்பங்களும் உண்டென்பது வைபவியின் நினைவிற்கு வந்து... மொபைலில் எதேச்சையாய் பார்த்த போலி ஐந்து தலை நாகத்தின் படத்தைப் பார்த்ததுமே மனம் உலுக்கிக்கொண்டதைப் போலதானே அந்த உளவாளியும் தன்னை பாதித்தது...?

ஆனால், அதெல்லாம் தன் கற்பனைதானோ அந்த மார்ஃபிங் நாகத்தை போல?

இல்லை வெவ்வேறு இடங்களில் அந்த மனிதனைப் பார்த்ததும், தன் பார்வையில் பட்டதும் அவர் ஒதுங்கிய விதமும் இயல்பானதே அல்ல... 'ஸ்டாக்கிங்' (stalking) என்று அயல்நாட்டில் குறிப்பிடும், பெண்களை நிழலாய் தொடரும் ஆணின் தொல்லையில்லை இது. ஆனால், இந்த வேவு பார்க்கும் கிளைக் கதை, டாக்டரைக் குழப்பக்கூடும்... இப்போது தேவையற்ற தகவல் என்று முடிவெடுத்தாள் வைபவி.

ஆனால், அதைச் சொல்லியிருந்தால் வேறு ஒரு கோணம் இவளுக்குக் காண கிடைத்திருக்கும்!

நாம் சொல்வதையும் சொல்லாதவற்றையும் வைத்துதானே காலம் தன் விளையாட்டை ஆடிக் களிக்கிறது...!

—◦◦—

அத்தியாயம் 15

'உண்மையுள்ளவனுக்கு கவலை இல்லை;

அறிவுள்ளவனுக்கு மயக்கம் இல்லை;

தைரியம் உள்ளவனுக்கு பயம் இல்லை.'

என்ற லாஜிக் ஏன் தன்னுள் செல்லுபடியாகவில்லை?

ஏகக் குழப்பத்தில் இருந்தவள் டாக்டர் டேவிட்டின் கேள்வியில் மேலும் திகைத்தாள்.

"ஆக நீ ஜூனியரின் மனைவியை இன்னும் பார்த்ததில்லை?"

இவள் விழிப்பதை உணர்ந்து அடுத்த கேள்வி வந்தது -

"லீனா அவங்களைப் பத்தி பேசியதில்லையா?"

"இல்ல அங்க்கிள்" என்றபோது அது நெருடியது.

"அந்த சின்னப் பையன்கூட தன் அம்மாவைக் குறிப்பிடவில்லையா? ஒருவேளை..." என்றவர் ஆரம்பிக்க இருவர் பார்வையும் ஒரே கேள்வியுடன் மற்றவரை முட்டி நின்றன.

"வினய் கல்யாணமானவர்னு ஸ்டாஃப் பேசினாங்களே தவிர... விடோயர்னு சொல்லலியே அங்க்கிள்..."

"ம்... நானும் விசாரிக்கிறேன். நீயும் கண்ணைத் திறந்து வைக்கணும் வைபவி – முதலாளியின் வீடு எங்கே - அங்கே யாரார் இருக்கறாங்கன்ற விவரமெல்லாம் அவசியம்."

அதெல்லாம் தனக்கெதற்கு என்றது போல இவளிருக்க,

"இரவு சுகமாய் கழிய, அதற்கானதை பகலிலேயே செய்துகொள்ள வேணும்.

மழைக்காலம் சுகமாயிருக்க தக்கதை மற்ற மாதங்களில் செய்ய வேணும்.

முதுமை சுகமாயிருக்க, இளமையில் உழைக்கணும்...

இறந்தபின் சுகம் இருக்க வேண்டியதை உயிருள்ள வரை தொடர்ந்து செய்யணும் -

இது புத்திசாலித்தனம் மட்டுமல்ல... சந்தோஷத்திற்கான வழியுந்தான்.''

சற்றே வாய் திறந்து தன்னைப் பார்த்தவளிடம் -

"விதுர நீதி சொல்லுதும்மா..." என்ற டேவிட் காரைக் கிளப்பினார்.

"இதெல்லாங்கூட உங்களுக்குத் தெரியுமா, அங்க்கிள்?"

"தமிழ்தானேம்மா – தெரியலைன்னாதான் தப்பு! ஆக அலெர்ட்டாய் இரு. நாங்கெல்லாம் இருந்தாலும், பிறர் பார்வையில் நீ தனிச்சு வாழும் பெண்... கவனமாய் இருந்தால் பல விஷயங்களில் உனக்கு நுனி நூல் சிக்கும்.''

தலையசைத்தாள்.

"வெளியூர் போவதில் சம்மதமில்லை என்று தற்சமயம் தெளிவாய் நில்லு – கட்டியா உன்னை தூக்கிட்டு போக முடியும்?''

இவள் கைகாட்டிய திசைகளில் திரும்பிய வாகனம், வைபவியின் வீட்டருகே நிற்க, இறங்கிக்கொண்டவளின் மனம் தெளிவாய் மட்டுமல்ல, சற்று தைரியமாகவும் தெரிந்தது...

வழக்கத்தைவிட சற்று அதிகம் உண்டிருந்ததால், லிஃப்ட்டிற்காய் அழுத்தாமல் படியேறினாள்... பேசியபடி வந்தவற்றை மனம் அசைபோட்டது.

வேறு யோசனையில் அமிழ்ந்து கிடந்த புத்தி அதை எதிர்பார்க்கவில்லை...

அதாவது இவள் வீட்டு வாசலின் எதிர் வாசல் திறந்து கிடந்ததை. இதுவும் இவர்கள் கடைக்கானது. ஆனால், இந்நேரம் இங்கே யார் வந்திருப்பது?

எதிர் வீட்டினுள் எட்டிப் பார்ப்பதா அல்லது குரல் தருவதா என்று யோசிப்பதற்குள், வெளியே வந்த உருவம் கதவை இழுத்து பூட்ட... இவளும் மூச்சை இழுத்து பிடித்தாள்.

"சித்தி... இங்கேயென்ன பண்றீங்க?"

திரும்பிய கோகிலாவின் முகத்தில் அதிர்ச்சி இரட்டிப்பாயிருந்தது

"வந்... வந்துட்டியா? டாக்டரைப் பார்க்கப் போறதாய் மெஸேஜ் அனுப்பியிருந்த... " பேச்சு தடுமாறியது.

"பார்த்தாச்சு..." என்றவளுக்கு தான் லிஃப்ட் ஏறும் ஓசை கேட்டிருந்தால் சித்தி அதற்குள் எதிர் வீட்டை பூட்டிவிட்டு ஏதுமறியாதது போல நின்றிருக்கலாம் என்பது புரிந்தது.

மனதின் காட்டம் முகத்திற்கு ஏறியது.

"இதெல்லாம் பெயிண்டிங்க்ஸ் ஸ்டோர் பண்ற இடம்... இந்த சாவி உங்க கைக்கு எப்படி வந்துச்சு?"

செய்யக் கூடாததை செய்து பிடிபட்ட அசட்டு துக்கத்துடன் இருண்டது கோகிலாவின் முகம்.

"எல்லாமே விலை கூடியவை... பழுதானால் இது என் பொறுப்பு. சாவியை அமரா எப்படி இப்படி அஜாக்கிரதையாய் விட்டுட்டுப் போனா?"

"சரிபார்க்கத்தான். வந்தேன்... நீயும் வந்துட்ட..."

மற்ற வீடுகளில் யாரும் இல்லாவிட்டாலும், பொதுவான தாழ்வாரத்தில் நின்று விவாதிக்க விரும்பாமல், தங்கள் வீட்டிற்குள் போனாள் வைபவி. கதவைத் தாழிட்டு திரும்புவதற்குள் கோகிலா சுதாரித்தாள்.

"என்னாச்சு இப்ப? மேலே ரெண்டு, இங்கே ரெண்டுனு அத்தனை வீட்டிலேயும் படங்கதான் அடைஞ்சு கிடக்குது – தினம் ஒருத்தி அத்தனையையும் தூசு தட்டி கவனிக்க முடியுமா? ஜன்னலை திறந்துவிட்டு நாலு படங்களை துடைச்சால் அதொரு உதவிதானே?"

கேழ்வரகில் நெய் வடியும் இந்தக் கதையை வைபவியால் ஏற்க முடியவில்லை!

   மறுபடி மழையென

தன் வேலைகளுக்கே சுணங்கும் சித்தி, வேலைக்காரியின் வேலையில் பங்கேற்பதாவது!

"என்ன நடக்குது சித்தி?" நிதானமாய் கேட்டாள்.

"அமரா படங்களுக்கு 'ப்ரஷ்' போடறதப் பார்த்தேன். அவ ஒவ்வொண்ணாய் நிமிர்த்த, தட்டி விடற வேலையை நான் பார்த்தேனா - அதுக்கு அவ... அதான் உன் கம்பெனியில் ஒரு ஆள் தேவைப்பட்டிருக்குது – பொழுது போறதோடு, சம்பளமும் வர, நல்லதுதானேன்னு..."

விளக்கம் தேய்ந்தபடி போனது...

ஆக சித்திக்குப் பணமும் கிடைக்கிறது...!

"எப்போதிருந்து?"

"என்ன மிரட்டறது போல கேட்கற வைபவி... என்ன வேலையாயிருந்தா என்ன - உழைச்சு சம்பாதிக்கணும்னுவே."

"சந்தோஷப்பட்டிருப்பேன் – ஆனா, இத்தனை ரகசியமாய் எல்லாம் நடந்ததின் மர்மம் புரியலை."

"இப்ப... நாலு நாளாய்தான் இந்த யோசனை. நீ பிஸி..."

"ராத்திரியிலுமா வேலை?" கூர்மையாய் கேட்டாள்.

"சாயங்காலம் அமராவோட இந்த வீட்டுப் படங்களை வந்து பார்த்தப்ப, என் போனை உள்ளேயே விட்டிருப்பேன் போல – இதோ எடுத்துட்டு வந்தேன். நமக்கு வட்டியாய் வரும் பணத்தை நீ தாராளமாய் எங்கையில் தர்றதான்... ஆனா, நான் சம்பாதிச்சா தனி திருப்தியில்லையா?"

வைபவி பேச்சைத் தொடர விரும்பவில்லை. நாளெல்லாம் வேலையும் யோசனைகளுமாய் கொதித்து சோர்ந்திருந்தது அவள் மூளை.

வெளியே தனக்குப் புதிராய் பலர், பல விஷயங்கள், இருக்கலாம்.

ஆனால் வீட்டின் ஒரே உறவும் அப்படியிருப்பது அயர்வித்தது... யோசிக்க யோசிக்க கசப்பு கூடியது.

ஒரு ஆர்வத்தில் உதய்பூரின் அரண்மனைகளை கூகுளில் தேடிப் பார்த்திருந்தாள். கற்பனையை மிஞ்சும் அவை எல்லாமும் சேர்ந்து தன்னை தங்களிடமாய் வரச் சொல்வது போலிருந்தது. 'இருப்பதை எல்லாம் உதறி விட்டுபோ அந்த மாற்றம் உனக்கு தேவைதான்' என்று உத்தரவிட்டது மனம்!

மறுநாள் காலை வழக்கம் போல, முடிக்க வேண்டிய ஓவியத்தின் முன் நின்றவளுக்கு விரல்கள் ஒத்துழைக்கவில்லை... மனதின் கனம் விரல்நுனி வரை வியாப்பித்ததில் தூரிகைப் பக்கம்கூட கண்கள் போகவில்லை.

சீக்கிரமாய் தயாராகி அலுவலகத்திற்குப் போனாள். இயந்திரத்தின் முன் அமர்ந்து மற்ற வேலைகளையேனும் செய்துவிடும் முடிவில். கணினியோடு இணைந்து வேலை செய்வது ஆறுதலாகவேயிருந்தது. அது தவிர அந்நேரம் இவள் காதிற்கு வந்த தகவலுமே கூட உபயோகந்தான்.

"இன்னைக்குத்தானே சனிக்கிழமை? ஜூனியரின் மகனுக்கு லீனா மேம் 'டாம் அண்ட் ஜெரி' சினிமாக்கு பதினொரு மணிக்கு டிக்கெட் புக் பண்ணியிருக்காங்க போல – ரெண்டு டிக்கெட்ஸ். பிக் – அப் பண்ண காருக்குச் சொல்லிடணுமாம். என்னிடம் புது ட்ரைவர் நம்பர் இல்லைங்க வைபவி –சொல்லிடறீங்களா?"

மேலும் விவரம் கேட்டுக்கொண்டவள் தகவலை உரிய இடத்தில் சேர்த்துவிட்டு, தானும் கிளம்பினாள். லீனாவோ, ஜூனியர் வினய் தேசிகனோ இப்போது சென்னையில் இல்லை. அனுபவ் மற்றொரு சிறுவனுடன் அனுப்பப்பட மாட்டான்... ஆக உடன் போவது அவன் தாயாக இருக்கலாம்.

அப்படியே அந்த 'மால்'லின் திரையரங்கின் வெளியே வினய் தேசிகனின் மனைவியை இவள் பார்த்து விட்டாலும் அடுத்தது என்ன?

தெரியவில்லை... ஆனால் இந்த முதல் முயற்சியை செய்துவிட முடிவெடுத்தாள் வைபவி.

* * * * *

                                   மறுபடி மழையென

மருத்துவமனைகளுக்கான இரும்பு கட்டிலது. முதுகின் சாய்மானத்தை தேவைக்கேற்க, நிமிர்த்தியோ தளர்த்தியோ கொள்ளலாம். அதை சிகாமணிக்காய் வாங்கச் செய்திருந்த அருள்தாஸ், உட்கார்ந்த பின்பு வயிற்றின் குறுக்காய் வைக்கும் தோதில் ஒரு குறு மேஜையையும் தயார் செய்திருந்தார். பின்பகல் நேரம் அதில் கணக்குப் புத்தகம் விரிந்து கிடக்கும்... எறும்பின் ஊறலாய் எண்களும் எழுத்துக்களுமாய்.

இன்று சிகாமணியின் கருத்து அதில் ஊன்றவில்லை.

பக்கத்து தெருவில் 'சாவு' விசாரிக்க சித்ரா போயிருக்க, அவள் கிளம்பினதிலிருந்தே இவனுக்கு நிலை கொள்ளவில்லை...

சித்ராவும் கணக்கு வழக்கில் கெட்டிக்காரி – ஆனால் கடந்த ஓராண்டாய், 'மற்ற வேலையே எனக்கு தலை சுத்துதுங்க. இது உங்க பொறுப்பில் இருக்கட்டுமே' என்று ஒதுங்கிகொண்டாள்.

சித்ராவின் தோற்றமும் மாறியிருந்தது. முன்னைப் போல 'சிக்'கென்ற ரவிக்கை, பளிச்சென்ற புடவைகளில் அவள் இருப்பதில்லை. பின்னலில் பூச்சரமும் கிடையாது. சிரிப்பு உறிஞ்சப்பட்ட பிறகு, சிங்காரமும் குறைய, சக்கையாய் தெரிந்தாள்... இப்படி ஒருநிலை வருமென்றுயார்நினைத்தார்கள்.

தோப்பு வீட்டில் ஆரம்பித்து செழித்த அவர்களின் குடித்தனம்... ஏன் இப்படி கருகிப் போனது?

கேள்வியின் வலியில் விழிகளை இறுக மூடினான் சிகாமணி - ஒரு நாள்... அதில் ஒரு நேரம் தன்னில் அப்படியொரு சந்தேகம் வந்ததற்கான தண்டனைதானா இது?

நல்லவேளை உண்மை வெளிவந்தது... இல்லாவிட்டால் சந்தேக பூதம் இவர்கள் வாழ்வை முன்பே விழுங்கி விட்டிருக்கும்...

இந்த தண்டனையில் சித்ராவிற்கு பங்கு எதற்கு? தன்னைக் கட்டிய பாவத்திற்காய்...

பாவம் அவள்...

நீர் ததும்பிய கண்களைத் திறந்தபோது எதிரே மசமசப்பாய் தெரிந்தார் அருள்தாஸ்.

மெல்லிய துண்டினால் இவன் கண்களைத் துடைத்தவர்,

"தைரியமாயிருங்க தம்பி. சித்ராவும் இப்படிதான் மனசுக்குள்ள மறுகறாங்க..." தேற்றினார்.

"நேர்ந்த விபத்துக்கு விதி மேல பழியப் போட்டுறலாம் அருளய்யா – ஆனா, சில விஷயங்களில் நாம யோசிச்சு, நிதானமாய் இருந்திருக்கணும். சித்ரா உங்ககிட்ட ஏதேனும் சொன்னாளா?"

"வாய் திறக்கற பெண்ணில்லையே அவங்க... ஆனா, பிறந்த வீட்டு ஏக்கம்ன்றது என் அனுமானம் தம்பி – நான் வந்து வருஷத்திற்கு மேலாச்சு... அவங்க சைடு ஆட்கள் யாரையும் இதுவரை பார்க்கலையே? அப்படி ஒரு ஆதரவு பெண்களுக்குத் தேவைதானே?"

'இந்த நிலைமையில்' எனவில்லை அருள்தாஸ் - கெட்டிக்காரத்தனமான தவிர்ப்பு!

"விபத்தை விதி என்றேனில்லையா? அடுத்தது சதிங்கய்யா..." என்றவன் கணக்கு புத்தகத்தை மூடி வைத்தான்.

"சித்ராவோட, அவ அப்பாவுக்குமே நான் ஒத்தாசையாய் இருப்பேன்ற நம்பிக்கையிலதான் நாங்க திருச்சியில ஒரே வீட்டில தங்கினோம். ஆனா, கல்யாணமான ரெண்டு மாசத்துல அப்படியொரு பிரச்னையை நா எதிர்பார்க்கல... இது பத்து வருஷத்துக்கு முந்தின சம்பவம்... அப்போது மொபைல் போன் உண்டுன்னாலும், பெரும்பாலும் லேண்ட் லைன்தான்."

கட்டிலருகே ஒரு முக்காலியை இழுத்து போட்டுக்கொண்டு அமர்ந்தார் மூத்தவர்.

"வீட்டில் மற்றங்க எடுத்தால் சில கால் 'கட்'யாகிடும். ஆனா, என்னிடம் அந்தக் குரல் வேண்டாத விவரமெல்லாம் சொன்னது."

"பேசினது ஆணா, பெண்ணா?"

"ஆம்பளைதான்... ஆனா, குரலை மசமசப்பாய் மாற்றி பேசினது போலிருக்கும். சித்ராவிற்கு முன்பே அவனோட தொடர்பு

     மறுபடி மழையென

இருந்ததாயும், சில அந்தரங்க விஷயங்களோடு கலந்து சொல்ல...
சந்தேகத்துல கொஞ்சம் தடுமாறினேன்... அதன் பலனாய் தான்
இப்படி நரம்பு சுருண்டு கிடப்பதாய், இப்பகூட யோசிச்சேன்."

"இளவயசுல இத்தனை முதிர்ச்சி இருந்திருக்காதுதான். அது
புரிஞ்ச வேதனையை உங்க முகத்துல பார்த்தேன் தம்பி"
என்றவர் மேலும் சில விவரங்களைக் கேட்டார்.

"அது... அந்த வார்த்தையை வேற யாரும் சொல்லி நான்
கேட்டதில்லய்யா. எங்கிட்ட சிணுங்கலாய் சித்ரா... தனிமையில்
சொல்ற அந்த வார்த்தை அவனுக்கு தெரிஞ்சிருந்தது... அதில்
திகைச்சிட்டேன்."

"எனக்கேகூட அதை யூகிக்க முடியும்னு தோணுது தம்பி...
வேற்று மொழி ஆளுங்க பகுதியில் வசிச்சதால் சித்ராக்குப்
பரிச்சயமான வார்த்தை அது... சரிதானே?"

திகைப்பாய் அவரயே பார்த்திருந்த சிகாமணி மெல்ல
தலையாட்டினான்.

❦

அத்தியாயம் 16

"**உ**யிரினத்தில் மனுஷந்தான் சிறப்பு – அவனுக்கு அந்த சிறப்பு, சிந்தனையாலத்தானேதம்பி...?" என்று புன்னகைத்த அருள்தாஸ் 'லஜ்ஜை' எனும் வார்த்தையை சித்ரா, தூக்கதிலிருந்து அவள் விழித்த கணம் சொன்னதைக் குறிப்பிட்டார்.

"நானும் நல்லவேளை யோசிச்சேன்ய்யா – சந்தேகத்துல புத்தியை மடங்கவிடாமல் யோசிக்க, வசந்தனை ஞாபகம் வந்து – என் சிநேகிதன் ஒருத்தனின் அக்கா புருஷன் சரியில்லை – விவாகரத்துனு முடிவானாலும், ருசு தேவைப்பட்டது. அப்போ வேண்டிய, அதாவது வேண்டாத விவரங்களை கிண்டியெடுத்து தந்தது அவருதான்."

"அதாவது உளவாளி...? டிடெக்டிவ் ஏஜென்ஸிங்கறாங்ளே?"

"அதுதாங்க. முத ரெண்டு தரம் கேட்ட பேச்சுல மிரண்டு, ஊரைவிட்டே நா கிளம்பிட்டேன்... அந்த வார்த்தை மட்டுமில்லை, பிறர் பார்க்க முடியாத இடத்துலிருந்த சித்ராவின் மருவைக்கூட அவன் சொல்ல..."

"துப்பு தந்தது தெரிஞ்ச பெண்ணாய் இருந்திருக்கணும். படம், கடுதாசின்னு கொண்டு வந்து காட்டாமல் வாயாலேயே பந்தல் போட்டிருக்கானே?"

புதுமரியாதையுடன் அருள்தாஸை பார்த்தான் இளையவன்.

"கரெக்ட்டுங்க. இது சித்ராவின் சித்தியின் சதி..."

"அதாவது இவங்க அண்ணனின் இளைய தாரம்?"

வாழ்வின் இக்கட்டு – கதைகளைப் பகிரும்போது, புரியாது அசட்டு கேள்விகளைக் கேட்பவர்கள் பெரும் இம்சை. கவனித்து, சுலபமாய் புரிந்து கொள்பவரிடம் சுலபமாய் பேச்சு ஓடுகிறது... என்ற நிம்மதியில் சிகாமணி விவரங்களைத் தொடர்ந்தான்.

"என் மாமனார் தனியான பிறகு இளைய மனைவி தேடுனது, தன் மகளுக்கு துணை முக்கியமன்றதுக்காக... அப்பதான் வைபவி வயசுக்கு வந்திருந்தா. ஏதோ இரட்டிப்பு பாதுகாப்பு தற்றதாய் நான் நினைச்சு, அங்கேயே தங்கினது இளைய தாரத்துக்குப் பிடிக்கலை."

"அவங்க பேரு, தம்பி?"

"கோகிலாம்மா. அவங்க 37 வயதுல தனியா இருந்தது மகா வசதியாய் பட்டது. ரெண்டொருத்தர் நல்லபடி சொல்ல, கல்யாணம் நடந்தது. ஆனா..."

"அதுநாள் வரை ஏன் அந்தம்மாக்கு கல்யாணமாகலைன்றதை நாம் கவனிச்சிருக்கணும்."

"அதேதான். குடிகார, கூறில்லாத தகப்பன் ஒரு காரணம் என்பதை நாங்க ஏத்துகிட்டோம். ஆனா, கிளைக் கதைகள் இருந்திருக்குது. கும்பகோணத்தில் இந்தம்மா வேலை பார்த்த துணிக்கடையில் சேர்ந்து வேலைபார்த்தவன், அவங்க வீட்டுக்கு வர, போகன்னு இருந்திருக்கான். வீட்டுல பெரும்பாலும் அப்பன் இருக்கறதில்ல..."

"சாராயக் கடைதானே அதுங்க கதி."

"ஆக இந்தம்மா பேரு கெட்டுடுச்சு - உளவு பார்க்கப் போன வசந்தனுக்குக்கூட இதுல நிச்சயமில்லை... ஆனா, அந்த ஆளு ஏற்கெனவே கல்யாணமானவன்... வீட்டை விட்டுட்டு இங்க வந்துட்டுப் போனது முறையில்லதான்."

"இந்த விவரமெல்லாம் தெரியாம அந்தம்மா உங்க சின்ன மாமியார் ஆயிடுச்சு?"

"அவங்க மனசே கோளாறா இல்ல, தன் பேர் கெட்டுப் போனதால கிளம்பின கோணலோ, இப்படி ஒரு ஆளை ஏவி விட்டு சித்ரா பேரை எங்கிட்டவே கிழிச்சு போட்டாச்சு..."

இத்தனைகாலம் சுமந்த பாரம் இறங்கிய நிம்மதி சிகாமணியிடம்.

"நீங்க கூடயிருக்கறது அந்தம்மாக்கு பிடிக்கலை... ஆனா நீங்க சித்ராவை வெறுத்து விட்டு விலகியிருந்தா நிலைமை விபரீதமாயிருக்குமே தம்பி..."

"ஆங்... அதுதான் நான் அங்கேருந்து விலகிட்டேன். இல்லைன்னா வேற வேட்டு வச்சிருப்பாங்க!"

"சித்ராம்மாட்ட விவரத்தை சொன்னீங்களா...?"

இழுத்த கேள்விக்கு பதிலாய் சிகாமணியில் தலை தாழ்ந்தது.

"அவ அதைத் தாள மாட்டானு தோணுச்சுய்யா. பிறவு அவ அந்த வார்த்தைய சொல்லியிருக்க மாட்டா... இப்படி ஒரு அண்ணியா தனக்குனு, பதற்றமாயிருக்குமில்ல?"

"சரிதான்... ஆனா, பல வருஷமா, தங்குடும்பத்தைப் பிரிஞ்சிருக்கறதும் கொடுமைதானே தம்பி?"

"விவரம் தெரிஞ்சா, இப்படியான கோணல் குணக்காரியிடம் தன் அண்ணம் மகளை விட்டுட்டு வர சம்மதிக்க மாட்டா சித்ரா. தட்டிக் கழிக்கக் கூடாத பொறுப்பென்பதால், நா அதுக்கொரு ஏற்பாடு செய்திருக்கேன்."

அதைச் சொல்லவா, மறைப்பதா என்று சில கணங்கள் அல்லாடி விட்டு மெள்ள,

"அந்த வசந்தனை, வைபவி மேல ஒரு கண்ணு வச்சுக்க சொல்லியிருக்கேன் சிகாமணி முடித்தான்.

"அவங்க சென்னைக்கு மாறியாச்சுல்ல?"

"வசந்தனும் பட்டணத்துலதான். ஆக அப்பப்ப பார்த்து அவங்க விவரத்த நமக்குச் சொல்லுவார்... ஆனா, சமீபமாய் வற்ற தகவல் எனக்கு மட்டுமில்ல, அவருக்குமே குழப்பந்தான்."

"குடும்ப நண்பர்கள்னு யாரும் உங்களுக்கு இல்லையா தம்பி?"

அது 'கௌரவமான மாற்றாய்' இருந்திருக்குமென்று அருள்தாஸ் தன் அபிப்ராயத்தை நாசுக்காய் நுழைத்தார்.

"டாக்டர் டேவிட், சித்ராவின் அண்ணனுக்கு நல்ல நட்பு. அவருக்கும் வசந்தனைப் பற்றி ஜாடையாய் சொல்லி வச்சிருந்தேன். இப்பகூட டாக்டர் வைபவி வீட்டிற்கு வரப் போகத்தான். அது பெரிய தைரியம் எனக்கு. ஆனா,

மறுபடி மழையென

நாம நெருங்கினா அந்த கோகிலாம்மா மறுபடி ஏதேனும் கிளப்பும்ன்ற பயமும் உண்டு."

"வேறேதோ குழப்பம் இருக்கறதாய் சொன்னீங்க?"

"நல்ல இடத்துல வைபவிக்கு வேலை கிடைச்சிருக்குது. தொடர்ந்து வாய்ப்பு, வசதி, வீடுன்னு அவ நிலை உயருற வேகந்தான் எங்க குழப்பம்! இந்தச் சலுகைக்கெல்லாம் காரணம் அவங்க இளைய முதலாளின்னு வசந்தனின் யூகம்."

"பெரிய இடமோ?"

"ஆமய்யா–பெரும்புள்ளியானதேசிகனுக்குகலயாணமாயிருச்சு. பத்து வயசு மகன்கூட உண்டு. ஆனா, மற்றபடி விவரமேதும், முக்கியமாய் அவர் மனைவி பற்றி தெரியலை - ஏதோ மர்மம் உண்டுனு படுது! முழூ மூச்சாய் வேவு பார்த்து விவரங்களை சேகரிக்கணுமா என்ற நிச்சயமும் எனக்கில்லை..."

மருத்துவ உலகில் பரிச்சயமுள்ள அருள்தாஸின் புத்தியுள் வெவ்வேறு யூகங்கள் வரிசைக்கட்டின.

இந்தப் பெண் வைபவியிடமிருந்து ஏதேனும் உடல் உறுப்பை தானம் பெறுவதற்கான முயற்சியா இது?

அல்லது வாடகைத் தாய், கருமுட்டை தானம் என்ற மர்மமா?

அந்த முகமறியாப் பெண் பலிகடா போல,

அருள்தாஸின் மனக்கண்ணில், மாலையும் குங்கும அப்பலுமாய் நிற்க,

"அந்தப் பெண்ணைச் சுற்றி, ஆபத்து இருக்கறது போலத்தான் தோணுது தம்பி" என்றார் வருத்தமாய்.

* * * * *

தன்னைச் சுற்றிலும் உலகம் இத்தனை ஆர்ப்பாட்டமாய் இயங்குவதை தான் இத்தனை காலம் ஏன் உணரவில்லை என்ற யோசனையுடன் அந்த 'மால்'லின் உள்ளே நுழைந்த வைபவி ஆர்வமாய் பார்வையிட்டபடி நடந்தாள்.

பகலிலும் பகட்டான மின்விளக்குகளுடன் பளபளத்தன கடைகள்.

இதமான இசையும், தின்பண்ட வாசனையும், நாகரீக மனிதர்களின் சன்ன பேச்சும் சிரிப்புமாய் ரம்யமாயிருந்தது சூழல்.

திரையரங்குகள் இருந்த மேற்பகுதிக்கு வந்தவள், முக்காட்டை மேலும் இறுக்கியபடி ஒரு ஓரமாய் நின்றுகொண்டாள்.

தெரிந்தே தான் உளவு பார்க்க வந்திருப்பது உறுத்தியது - வீடு, வேலை என்று மட்டுமே இதுவரை உழன்றவளுக்கு இந்த சூழல் மிரட்சியாயிருந்தது - அசௌகர்யமாயும்கூட.

வினய் தேசிகனின் காருக்கான ஓட்டுனர் சஞ்சித் ஊரில் இல்லாததால், வேறொருவரிடம், அனுபவ்வை, திரையரங்கிற்கு கூட்டிப் போகும் பொறுப்பைத் தந்தவள், சீனியரான ஷீலாவிடம் சிறுவனைப் பற்றி பேச்சு கொடுத்தாள்.

'இத்தனை சிறு வயசுக்கு அனுபவ், பெயிண்ட்டிங் பற்றி எத்தனை விஷயம் தெரிஞ்சு வச்சிருக்கான்! 'Azure' ப்ளூ 'Brick' ஆரஞ்சுனு அடைமொழியுடன்தான் நிறங்களைக் குறிப்பிடறான்கூட... அவங்க அம்மாவிற்கும் ஓவிய இன்ட்ரஸ்ட் இருக்கணும்னு நினைக்கிறேன்...'

இதற்கான பதில் ஒரு தோள் குலுக்கலுடனே வந்தது -

'அந்தம்மாக்கு ஆர்ட்டில் நோக்கமிருப்பதாய் தோணலையே...' என்று

ஆக அந்தப் பெண் இருக்கிறார்.

இன்று அனுபவ்வுடன் படம் பார்க்க வருவது அவளாகவே இருக்கக் கூடும்.

இருபது நிமிட காத்திருப்பில் வைபவியின் கால்களும் கருத்தும் சேர்ந்தே கடுத்தன. இன்னும் பத்து நிமிடங்களில் படம் ஆரம்பித்து விடுமே... ஏன் இன்னும் அவர்கள் வரவில்லை?

அலுப்புடன் கூட்டத்தை அலசிய அவள் பார்வை, பிரகாசமாகியது.

     மறுபடி மழையென

ஏதோ உற்சாகமாய் பேசிக்கொண்டு திரையரங்கு பகுதிக்குள் நுழைந்து கொண்டிருந்த அனுபவ்வைக் கண்டு - அவன் தோளில் கை போட்டபடி நடந்த பெண்ணைப் பார்த்தவளின் மூச்சு இவளையுமறியாமல் இழுத்து நிறுத்தப்பட்டிருந்தது. எத்தனை அழகானவள்!

இருபதுகளின் இளமையில் தெரிந்தவளை அனுபவ்வின் தாயென்று எண்ண முடியவில்லை. ஆனால், அதே வெளுப்பில் மின்னிய சருமம். உள்ளே போய் பாப் – கார்ன் வாங்கியவர்களை தன் பார்வையிலிருந்து விலக விடாமல் தொடர்ந்தாள் வைபவி.

சிறுவன் அவளை ஒட்டி நின்ற விதம், அவள் அவன் தலையைக் கோதிய வாஞ்சை அவர்கள் தாய் – மகனாய் இருக்கலாம் என்றன. பேசியபடி அவர்கள் உள்புறம் போய்விட, சூன்யமான உணர்வுடன் அசையாமல் நின்றுவிட்டு எஸ்கலேட்டரில் பாதம் வைத்தாள். மற்ற அத்தனை பேரும் குடும்பமாகவோ, நட்புடனோ குதூகலமாய் கழிக்க வந்த இடத்தில் தான் இப்படி உளவு பார்த்து விட்டு திரும்புவது கேவலமாய் பட்டது... அந்தக் காந்தலுடன் தளங்களை விட்டு இறங்கினாள்.

இங்கே ஒரு சினிமாவை ரசிக்கும் ஆர்வத்துடன் மட்டுமல்ல, நூற்றுக்கணக்கான கடைகளில் என்ன விற்கிறார்கள் என்று அறியக்கூட தான் ஏன் இங்கே வரவில்லை? என்ன அற்பமான வாழ்விது!

இந்த யோசனையுடன் வலப்புறமாய் திரும்பி அந்த ஒப்பனை பொருட்களின் கடை முன் நின்றாள். சுற்றிலுமிருந்த இளம் பெண்கள் மிடுக்காய் உடுத்தி மிகுதியாய் சிரித்தார்கள் - பார்ப்பதே மகிழ்ச்சியாய்த்தான் இருந்தது.

அக்கடையின் கதவைத் திறந்து நிமிர்ந்தவள் இரு கணங்கள் அயர்ந்து நின்றாள்.

"என்ன உயரம்... ஒயிலான கம்பீரம்" என்று இவளை அசத்தியது இவளேதான்!

அதாவது எதிர்புற கண்ணாடியில் பிரதிபலித்த இவளின் பிம்பம்!

வந்த வாடிக்கையாளருக்கு பலவர்ண நகச் சாயங்களைக் காட்டிக்கொண்டிருந்த மலேயா ஜாடையிலிருந்த விற்பனைப் பெண் இவளை வரவேற்பான புன்னகையுடன் பார்த்தாள்.

"ஜஸ்ட் எ மோமென்ட் மேம்..."

விதவிதமான ஒப்பனைப் பொருட்களைப் புரிந்தும் புரியாமல் பார்வையிட்டவளை மறு நிமிடம் நெருங்கிய விற்பனைப் பெண், "ஒரு 'compact' தேர்ந்தெடுக்கலாமா மேம்?"

"மே பி" (May be) என்றாள் இவள் பட்டும்படாமல்.

"அதற்கு முதலில் முகத்தை சுத்தப்படுத்தணும்" என்ற ஆங்கிலத்தில் சொன்னபடி பரபரப்பாய் இயங்கின அப்பெண்ணின் சின்ன கைகள்.

ஏதோ திரவத்தில் நனைக்கப்பட்ட மெல்லிய துணி வைபவியின் முகம், கழுத்தை முதலில் அழுந்தியும், பின்பு வருடியும் நீவியது.

இவளது கேசத்தை ஒதுக்கிவிட்டு சருமத்திற்கான சன்ன நிறத்தை வட்ட டப்பியிலிருந்து எடுத்து ஒற்றி முடித்தபோது, வைபவிக்கு மறுபடி தன் பார்வையைத் தன் பிம்பத்திலிருந்து மீட்க முடியவில்லை!

வைபவியின் மோவாய் மச்சத்தைச் சுட்டிய மலேயப் பெண்–

"இதுநிஜமானமருவாய்இருக்கும்னுநான்நினைக்கவேயில்லை- ரொம்ப கச்சிதமான ஒரு அலங்காரம்னே நினைச்சேன்... உங்க உயரமும் இந்த மச்சமும் உங்களின் அபார அழகு!"

வந்த பாராட்டை வைபவியால் முழுக்க ஏற்க முடியாவிட்டாலும், நொந்த மனதிற்கு அது மிக இதமாய்தான் இருந்தது...

⸺◦◦⸺

                                                        மறுபடி மழையென

அத்தியாயம் 17

சிலர் தங்கள் வாழ்வில் சிறந்தவற்றை எல்லாம் தேர்ந்தெடுத்து தனதாக்கிக் கொள்கிறார்கள் எனப் பட்டது...

பொறாமையாய் இல்லாவிட்டாலும், வினய் தேசிகன் அப்படியான பாக்கியசாலி என்பதில் சந்தேகமில்லை.

பிடித்த துறையில் பணமும் கொட்டும் தொழில்; இளவரசனான மகன், ராணியின் அம்சங்களுடன் மனைவி, பண்பான நட்பு வட்டம், உயர்மட்ட வாழ்வின் வசதிகள், கம்பீரமான அழகன்... கூடவே நல்ல பெயர்!

எல்லாம் சரி... ஆனால், புரியாதது இவரது பூரண வாழ்வில் தன் பங்கு என்ன என்பதுதான்!

இந்தக் குழப்பத்துடனேயே தான் அவருடன் ஆயிரக்கணக்கான மைல் தொலைவை பயணிக்க துணிந்தது எப்படி?

'காசு பூசும் களையும்

தனம் தரும் தோரணையும்' உள்ள இந்த தகப்பன் மகனுடன், தான் ஒன்றாமல் துண்டாய் தெரிகிறேனோ?

இவள் அவர்களுடன் போவது, வேலையில் உதவும் ஒரு ஊழியராய். இதில் ஏன் இந்த அநாவசிய ஒப்பீடு சந்தேகமெல்லாம்?

விமான நிலையத்தில் காத்திருந்த இரண்டு மணி நேரங்களே, தான் எடுத்த முடிவு தவறில்லை என்று வைபவியுள் ஒரு நிச்சயத்தை விதைத்துவிட, நிமிஷத்திற்கொரு ஒரு வளர்ச்சியென அவளுள் குதூகலம் கிளைவிட்டு வியாபித்தது.

வினய் மடி கணினியில் மூழ்கிவிட, அனுபவ் -

"வாங்க ஆன்ட்டி - விண்டோ - ஷாப் பண்ணலாம் நாம" என்றபடி இவளை இழுத்துக்கொண்டு நவீன கடைகளைச் சுற்ற, இவளும் விதவிதமாய் 'வாய் பார்த்தாள்'!

விமானத்தின் உள்ளேயும் சிறுவனைப் பின் தொடர்ந்தவளுக்கு, அம்மூன்று இருக்கை - அமைப்பு, சற்று அசௌகர்யமான சஞ்சலம் தந்தது.

இவர்களுக்கான 12-ம் வரிசை வந்ததும், மகனுக்கு வினய் ஏதோ சமிக்ஞை செய்ய, வைபவியை முதலில் உள் இருக்கைக்கு போக விட்டு, ஒதுங்கி நின்றான் சின்னவன்.

மூவரும் அமர்ந்தபின், இவளுக்கு ஸீட் - பெல்ட் மாட்ட உதவினவன்,

"ஆன்ட்டிக்கு நானே விண்டோ - ஸீட்டைத் தந்திருப்பேன் அப்பா.

இது அவங்களின் முதல் ஃப்ளைட் இல்லையா?" தோரணையாய் சொன்னான்.

தான் நடு இருக்கையில் சிக்கிக்கொள்ள நேருமோ – வினய் தேசிகனை உரசியபடி – என்ற தவிப்பு எத்தனை சுலபமாய் அவர்களால் கையாளப்பட்டுவிட்டது!

விமானம் ஓடு தளத்தில் விரைந்து, வானிற்கு எம்பிய நிமிஷம் தன் கையைப் பற்றிய சிறுவனின் கையை, இவளுக்கு முத்தமிட வேண்டும் போலிருந்தது! புரிதலான நன்றி முறுவலுடன் நிறுத்திக்கொண்டாள்.

"சஞ்சித் அங்க்கிள் நமக்காய் உதய்பூர் ஏர்-போர்ட்டில் காத்திருப்பாங்க."

"ம்ம்... ராஜஸ்தான் அவர் இடமில்லையா?"

"நிறைய கதை சொல்வார் ஆன்ட்டி – அதுவும் அந்த 'பக்டி' பத்தி."

கண்மூடி தன் இருக்கையில் சரிந்திருந்த வினய் -

மறுபடி மழையென

"அது கதையில்லை அனுபவ் – விவரங்கள்" மகனைத் திருத்தியவன் இவளைப் பார்த்து -

"பக்டின்றது ராஜஸ்தானிய ஆண்களின் தலைப்பாகை. 'டர்பன்'னு நாம சொல்வோம்லியா?"

"ஓ..."

பரிமாறப்பட்ட பழரசம், முந்திரிப் பருப்பை ஆவலாய் வாங்கியவள் கிடைத்த விவரங்களையும் உள்வாங்கினாள்.

"சராசரியாய் ஒன்பது மீட்டர் நீளமுள்ள 'பக்டி'க்கிற்கான துணி, விதவிதமாய் தலையில் முடியப்படும். ஒவ்வொரு தொழிலுக்கும், விசேஷத்திற்கும் வித்தியாசமான கட்டுக்கள் - மாவட்டங்களுக்கு ஏற்ப இத்தலைப்பாகையின் நீளமும் மாறுபடும்."

"அப்பா... அது ஏன்னு நான் சொல்றேன்" என்ற அனுபவ், இவளிடம் தோரணையாய் கேட்டான் -

"எனி கெஸ்ஸஸ் *(guesses)* ஆன்ட்டி?" என்று.

மேகக் கூட்டங்களின் ஊடாய் பறந்தபடி, இப்படியான சம்பாஷணை வைபவியை பரவசப்படுத்தியது – விட்டால் தான் கைகளால் துழாவி மேகங்களின் ஊடாய் மிதந்தேகூட சேரவேண்டிய ஊர் போகலாம் எனுமளவில் லேசாயிருந்தன உடலுடன் உள்ளம்!

ஆக முகமெல்லாம் சிரிப்பாய் தலையசைத்தாள்.

"ராஜஸ்தான் பாலைவன ஏரியாதானே? தண்ணீர் லேசில் கிடைக்காதாம். ஆக அந்தந்த மாவட்டத்தின் நீர்மட்டத்திற்கு ஏற்றது போல அவங்க பக்டி நீளமாயிருக்கும். அதை அவங்க கிணற்று நீரெடுக்க யூஸ் பண்ணுவாங்களாம்."

"ரொம்ப சுவாரஸ்யந்தான்."

மறுபடி அனுபவ் ஏதோ சொல்ல வாயெடுக்க, வினய் பார்த்த வார்வையில், தன் பாக்கெட் முந்திரி பருப்பை திறந்து சாப்பிட ஆரம்பித்தான் சின்னவன்.

'சும்மா தொண தொணக்காதே' அப்பார்வை சொன்னதோ?

தகப்பன் மனுக்கிடையே நிலவிய புரிதலை ரசித்தவள், தானும் கொறித்தபடி ஜன்னலின் வெளியே தெரிந்த அற்புதத்தில் திளைக்க ஆரம்பித்தாள்.

சிறு அலுங்கலுமின்றி ஆரவார இரைச்சலுமின்றி இப்படி விரைந்த பயணம் அவளுக்கு புது சக்தி தந்தது. மனித ஆற்றலைப் பற்றி ஒரு வித பெருமித உணர்வு.

வெளியே வித விதமாக மாறிய மேக வடிவங்களைப் போல மனதினுள் சமீபமாய் ரசித்த உணர்வுகளின் ஊர்வலம்...

* * * * *

அதைப் பலகாலப் பிரிவு என முடியாது... என்ன பத்து நாட்கள் இருக்குமா?

அச்சிறு பிரிவிற்குப் பிறகு வினய் தேசிகனைப் பார்த்த தன் இதயம் ஏன் அத்தனை குதித்தது?

எத்தனை குட்டிக்கரணங்கள்!

அந்த கும்மாளத்தை பயத்துடன் இழுத்து இவள் கடிவாளமிட்டாலும், எதிரே வந்து நின்று தன்னைப் பார்த்தவனின் விழிகளிலும் அதே பெருக்கு... இவளுக்குள்ளே ஊறிப்பெருகிய அதே மகிழ்ச்சி!

அது இவள் செய்த வேலைக்கான பாராட்டு என்ற ரீதியில் ஆரம்பமானது பேச்சு -

"நம் ஆன்லைன் பிஸினஸிற்கு நல்ல 'ரீச்' வைபா. உலகம் முழுசும் பல கஸ்டமர்ஸ் சம்பாதிச்சிருக்கே. நீ அதில் பதிவிடும் படங்கள், அவை பற்றி விளக்கங்கள், முக்கியமாய் ஓவியர்களைப் பற்றிய விவரங்கள், மேற்கத்திய ரசிகர்களை ஈர்த்திருக்குது. குட் வொர்க்."

"சில உடல் குறையுள்ள ஓவியர்களைப் பற்றி தெரியவர, நான் உணர்ந்த பிரமிப்பை பிறருடன் பகிர நினைத்தேன், சார்."

மறுபடி மழையென

வினய்யின் புருவங்கள் உயர்ந்தது, தனது 'சார்' என்ற அழைப்பிற்காய் என்பது புரிந்தாலும், தன் விவரங்களைத் தொடர்ந்தாள்.

அவனும் கண்களில் சிறு நகைப்புடன் கவனித்தான்.

"ஸாரா எனும் பெண், வீல் - சேரிலிருந்தபடி சளைக்காமல் உருவாக்கிய ஓவியங்களை சிறு வீடியோவாக்கி நான் இணைத்தைக் குறிப்பிடறீங்கன்னு நினைக்கறேன்…"

"ரைட்… ஆனா, அதைவிட ஆர்வமாய் பலர் விசாரித்தது உன்னைப் பற்றி. பல இண்டீரியர் டெக்கர்ஸ், தங்களுக்கு உன் உதவி தேவைன்னும் குறிப்பிட்டாங்க- அதை லீனாவிடம் நான் சொல்ல, அவங்கதான் இந்த திட்டத்தை வளர்த்தது. சந்துருவிற்கு ஜெய்ப்பூரில் ஒரு மியூசிக் - 'ஷூட்' இருக்குது. ராஜஸ்தானிய இசை பற்றிய ஒரு வீடியோ படப்பிடிப்பு. லீனாவும் கூட வர்றதால், நான் அனுபவ்வை அந்நேரம் கூட்டிட்டுப் போகலாம்னு நினைச்சேன். இப்ப அவனுக்கு விடுமுறை சமயம்… நீ வேலையில் பெரிய உதவி… லீனா, அனுபவ்விற்கும் குட் கம்பெனி."

மிக சுலபமாய் அழைப்பு தந்து விட்டான்.

சற்று திகைத்தாலும்,

"இதை அவங்க ரெண்டு பேரும் ஏற்கெனவே குறிப்பிட்டதால், யோசிக்க ஏதுமில்லை சார்… நான் வர்றது சிரமம்" என்றாள் பணிவு மாறாத அழுத்தத்துடன்.

" 'வைபவியை சந்திக்க ஆவலாய் இருக்கிறோம்' – என்று பெரும்பாலும் எனக்கான எல்லா மெயிலிலும் குறிப்பு இருந்து வைபா – நீயே பார்க்கலாம். தவிர, உலக கலா ரசிகர்களை சந்திப்பது, பழகுவது 'மிஸ்' பண்ணக்கூடாத அனுபவம்."

"மறுக்கலை… ஆக உங்க மனைவியும் உடன் வருவாங்க இல்லையா?"

இனியும் ஏன் மென்று முழுங்க என்றெண்ணி, பட்டென கேட்டுவிட்டாள்.

எதிரே நின்றவனின் கண்கள் நொடியில் ஒளி மங்கின. கன்னங்களோடு உதடு இறுக,

"ஸாரி?" என்றான்.

"அனுபவ்வின் அம்மா வருவாங்களேன்னு..."

"அவங்க எங்களோடு இல்லை."

"ஓ... நான் அனுபவ்வை தியேட்டரில் போன வாரம் பார்த்... அதாவது பார்க்க நேர்ந்த போது, கூட ஒரு பெண் வந்திருந்தாங்க."

"அது அவன் சித்தி."

இப்போது இவளது விழிகள் மங்கி, முகம் இறுகியது. ஆக அனுபவ்விற்கும் தன் நிலைமைதானா?

சரி - ஆனால், வினய் தன் இளைய தாரத்தை ஏன் தன்னுடன் கூட்டிப் போகக் கூடாது...?

"ஸாரி அகெய்ன் - அது அனுபவ்வின் தாயின் தங்கை - அவங்க கணவர் மெரைன் இன்ஜினீயர். ஆக தற்சமயம் வெளிநாட்டு கடலில் இருக்கிறார்."

"ஓ... சரி. ஆனா கடையின் வேறு ஸ்டாஃப் யாரேனும் உடன் வர்றாங்களான்னு..."

"யூ வில் பி சேஃப், வைபவி - அது என் பொறுப்பு. விவரத்தை உன் சித்தியிடம் சொல்லி, அனுமதி வாங்கறதும்கூட."

"அதற்குத்தான் அவங்களுக்கு வேலை, சம்பளம் எல்லாம் தந்து... தந்திருக்கீங்க?" துணிவுடன் பேசினாள்.

"அது மிஸ்ராவின் ஏற்பாடு – அவரின் 'டீம்' உதவிக்கான ஒரு ஆளைத் தேட, ஏற்கெனவே இருந்த பெண், சிபாரிசு செய்தவங்களை நியமித்திருக்கார். உன் சித்தி பிஸியாய் இருப்பதும், சம்பாதிப்பதும் நல்ல விஷயங்கள்தானே?'

"ஒரு விதத்தில் சரி – ஆனா, அவங்க அதை முதலில் என்னிடம் தெரிவிச்சிருக்கலாம்..."

                    மறுபடி மழையென

"அதாவது நாங்க உன்னைக் கேளாமலேயே, நீ வருவாய்னு முடிவெடுத்ததைப் போல?"

"எல்லாம் நான் எதிர்பாராத திருப்பங்கள்......"

"சாயங்காலம் நாம் சேர்ந்தே உன் வீடு போகலாம், வைபா." மறுபடி இவள் சம்மதம் கேளாமலேயே முடிவெடுக்கப்பட்டது.

இவள் போனில் அமராவதியிடம் விவரம் சொல்லியிருந்ததால், மாலை இவர்கள் போன நேரம் வீட்டில் பக்கோடாவும் தேநீரும் கமகமவென்று தயாராகிக்கொண்டிருந்தன.

வணங்கி, கோகிலாவிடம் இயல்பாய் பேசிய வினய்,

"அதிர்ஷ்டசாலிம்மா நீங்க - இப்படி பிரியமும் பொறுப்புமான பெண் உங்களுக்கு வாய்க்க. சில மாசங்களில் எங்க கம்பெனிக்கு இத்தனை உழைத்த பெண்ணிற்கு தாய் என்பது உங்களுக்கு பெருமைதான்..."

இடைவெட்டியது கோகிலாவின் கனைப்பான சிரிப்பு.

"அது எப்படியோ – ஆனா, பலர் எங்களை அக்கா தங்கைன்னே நினைச்சிடுவாங்க... நா இவ அப்பாக்கு இளைய தாரம்.

இவ பாவம் மெலிசா, நெடு நெடுன்னு இருக்காளா..."

இப்போது இடைமறித்தது அவன் பேச்சு

"அழகு போட்டிகளில் ஜெயிப்பதற்கான அளவீடில்லையா அதெல்லாம்? குட்டையும் உருண்டையுமான மிஸ். இண்டியா, உலக அழகியெல்லாம் உண்டா என்ன? அதெயெல்லாம் மீறி, எந்த உயரத்தையும் எட்ட உழைக்கத் தயங்காத உறுதியான மனசுதான் உன்னதம். அது வைபவியிடம் உண்டே."

சித்திக்கு 'கிறுகிறு'த்திருக்க வேணும்!

அப்படித்தான் தோன்றியது.

சில நாட்களுக்கு முன்பு நடந்த அவன் பேச்சும், தன் சித்தியின் பாவனைகளும் இப்போது துல்லியமாய் நினைவு வர, வைபவிக்கு சிரிப்பு பீறிட்டது!

விமான ஜன்னல் புறமாய் திரும்பி, வெளியே மிதந்த மேகக் கூட்டத்தினுள் அதை வடியவிட்டாள் அவள். மழை பொழியும்போது இவள் சந்தோஷமும் அதில் கலந்திருக்கட்டுமே...

அத்தியாயம் 18

'**சி**றந்த வாழ்வு என்பது நமக்கு வாய்ப்பதல்ல... கிடைத்த வாய்ப்பிலிருந்து நாம் உருவாக்குவது!' இந்தப் பயண வாய்ப்பைத் தான் தட்டிவிட்டிருந்தால் எத்தனை பெரிய இழப்பு!

வைபவியின் கண்கள் அகண்டு, பிரமாண்டமான சந்தனப் பேழை போல, நீரின் நடுவே மிதப்பாய் நின்ற அந்த மாளிகையைப் பார்த்தபடி இருந்தன.

"இது செயற்கையாய் உருவாக்கப்பட்ட ஏரி. இதன் நடுவே 1362ஆம் ஆண்டு, வெனிஸ் நகரின் பாணியில் ஒரு பன்ஜாரா வணிகனால் கட்டப்பட்ட மாளிகை இது." கரையிலிருந்து லேக் - பேலஸை நோக்கி சீறிப்போன இயந்திரப் படகிலிருந்த 'கைடு' விளக்கம் தர,

"இந்த ஏரியின் பேரென்ன?" ஆர்வமாய் கேட்டாள் வைபவி.

"பிச்சோலா - ஆரவல்லி மலை தொடர்களை ஒட்டியுள்ள உதய்பூர், ஏரிகளின் நகரம். ஐந்து நூற்றாண்டுகளுக்கு முன் மகாராணா உதய் சிங் ஏழு ஏரிகளோடு உருவாக்கிய காதல் நகரமிது. இந்த மாளிகையில் சில வருஷங்களுக்கு முன்னே அம்பானி வீட்டுக் கல்யாணம் ஒரு வாரமாய் கொண்டாடப்பட்டது. பழம் பெருமையும் இல்லாமலில்லை. எலிசபெத் மகாராணி இங்கே தங்கினதுண்டு."

"நாமகூட இங்கேயாப்பா தங்கப் போறோம்?" அனுபவ் கேட்க, இவளது விழிகள் மேலும் விரிந்தன. தங்கள் பெட்டிகளும் படகில் உடன் வருவதைப் பார்த்தால்... அப்படித்தானே படுகிறது!

இதற்காகத்தானா லீனா அந்தப் பட்டுப் புடவைகளை இவளுக்கு அனுப்பினது?

வெகு நூதன நிறக் கோர்வைகளில், அளவான ஜரிகை வேலைப்பாடுள்ள தூய பட்டுப் புடவைகளை, தனக்கு வந்த பெட்டியிலிருந்து எடுத்தபோது அவற்றை வியப்பாய் நீவி மாளவில்லை வைபவிக்கு.

``இவற்றுக்கு ஃபால் (fall) தைத்து, ரவிக்கைகளைத் தயார்செய்யவா லீனா? உங்க அளவு ப்ளவுஸ் ஏதும் உடன் வைக்கலியே?''

``ஏன்னா, அந்தப் புடவைங்க உனக்கு வைபா. வரும் வாடிக்கை உலகத்தரம் – அவர்களுடன் இந்நாள் வரை தொடர்பிலிருந்தது நீ. உன்னைப் பார்க்கும்போதே அவங்களுக்கு உன் திறமை, தேர்வுகளின் மீது நம்பிக்கை வரணுமா இல்லையா? அதற்கேற்ற அணி, மணியெல்லாம்கூட வாங்கிடு. எல்லாம் நம் தமிழ் பாணியில் இருக்கணும். அடுத்தமுறை இவங்க எல்லாரும் நம்மைத் தேடி சென்னை வரணும். நம் கண்காட்சி, விற்பனை மகாபலிபுரத்தில் நடக்கும். அதுவும் புராதமான இடம்தானே?''

'கைடு' இங்கே மாளிகையின் பெருமைகளைத் தீர விடுவதாயில்லை.

"கடந்த அறுபது வருடங்களாய் இந்த அரண்மனை ஹோட்டலாய் பயன்படுது. 75 அறைகளோடு நீருற்றுகளுள்ள மணிமண்டபத்தில உங்க கண்காட்சிக்கான ஏற்பாடுகள் செய்தாச்சு.''

இவள்தான் கேட்பவர்களின் நோக்கமறிந்து ஓவியங்களைத் தேர்ந்தெடுத்து முதலில் இங்கு அனுப்பி வைத்தது. விற்க விற்க, வேறு ஓவியங்கள் நுழைக்கப்படும். ஆக வேலைக்குக் குறைவிராது. ஆனாலும் இப்படியான சூழலில் நிற்பதே வரம்தான்.

"நம்மால் இங்குள்ள அத்தனை அறைகளும் பதிவுசெய்யப்பட்டதின் சலுகையாய் நமக்கு ரெண்டு அறைகள் ஒதுக்கப்பட்டிருக்கு" - மகனுக்கு வினய் விளக்க, படித்துறை அமைப்பிலிருந்த இடத்தை, ஓடிவந்தது போன்ற மூச்சிரைப்புடன் அண்டி நின்றது மின்படகு. அதன் அசைவு ஓயாமலிருக்க, மகனைக் கைப்பற்றி இறக்கிவிட்ட வினய், இவள் தயங்க, படகின் கயிற்றை இழுத்து நிலைப்படுத்தி

                                    மறுபடி மழையென

இவள் இறங்கத் தோதாக்கினான்.

ஆண்டாண்டுகளாய் நீர் சூழ்ந்த குளுமையில் அப்பளிங்கு கட்டடம் கண்களை குளிர்வித்தபடி நின்றது. வெளிப்புறத்தின் வளைவுகளும் வேலைப்பாடுமே இப்படியெனில் உள்ளே இன்னுமல்லவா மயக்கும்?

ஆர்வமாய் மாளிகையின் அகண்ட படியேற முனைந்தவளை வினய்யின் கை பிடித்து நிறுத்தியது! இதுவரை கவனமாய் தவிர்த்த அவன் தொடுதலில் விக்கித்து நின்றாள்.

மென்மையாய் மேலிருந்து என்ன தூவப்படுகிறது? படங்களில், இன்ப சிலிர்ப்பைக் காட்ட பனிப் பொழிவு வருவது போல ஏதும் மாய வித்தையை தன் மனம் பின்னுகிறதா?

கூடவே மனமும் இணைந்து இறங்கியது!

தோள்களில் பட்டு நழுவிய ஆழ்சிவப்பு மலரிதழ்களைப் பார்த்த பிறகும், அதன் பன்னீர் வாசனையில் நனைந்த பின்னும் இவளுக்குப் புரியவில்லை.

"ஆன்ட்டி நமக்கு வெல்கம்! மேலேருந்து பூ தூவறாங்க."

அனுபவ் சொல்ல, சற்று பின்னகர்ந்து தலை உயர்த்த, மேலே இரு இளம் பெண்கள் கூடையிலிருந்து உதிரிப் பூக்களைத் தூவுவது தெரிந்தது.

ஆக, இந்த வரவேற்பிற்குத் தோதாகத்தான் வினய் தன்னைப் பற்றி நிறுத்தியிருக்கிறார்.

ஆனால், எத்தனை அற்புதமான கணமிது!

மாளிகையின் வாசலில், மணமான மலர் பொழிவினூடே அவனது வெதுவெதுப்பான ஸ்பரிசத்தோடான ஒரு நிமிஷம்!

தன்னை மீறி மூடிக்கொண்ட கண்களை மனமின்றி முயன்று திறந்தவள்,

'போதும் வைபவி - இது மாதிரியான வேண்டாத உணர்வுகளை உதறிட்டு, வேலையைக் கவனிக்கணும் நீ' என்று தன்னைத் தானே கண்டித்தபடி அரண்மனைக்குள் நுழைந்தாள்.

* * * * *

'ஒவ்வொரு பிறப்பும் பூமிக்கு ஒரு நம்பிக்கையைத் தரவே வருகிறது, ஒவ்வொரு இறப்பும் பூமிக்கு ஒரு பாடம் சொல்லிப் போகிறது' என்பதில் சிகாமணிக்கு ஒப்புதல் உண்டு. தன் விபத்தும் அதில் முடங்கிய உடலும் இறப்பல்ல, இழப்புதான். என்றாலும், வெறுமையான நாட்கள் வரவர குடும்பத்தை இறுக்கிக்கொண்டே போகின்றன.

சித்ராவிடம் மனம் திறந்து பேசிவிட்டால், இதிலிருந்து விடுதலையாகலாம்.

பேச்சை எதிலிருந்து தொடங்குவது? குளுமையான காற்று வீசினாலும், மனப் புழுக்கத்துடன் குமைந்தான் சிகாமணி.

ஆனால், இனியும் தள்ளிப் போடுவது ஆபத்து - உடம்பு எப்படியோ... உள்ளமேனும் ஆசுவாசப்படட்டும்.

'பேசணும் சித்ரா உங்கிட்ட... மற்றதெல்லாம் ஒதுக்கிட்டு இப்படி வந்து உக்காரு. நான் புது புருஷனாய் இருக்கும்போது உம்மேல சந்தேகப்படும்படி ஒரு சூழல் வந்தது. போனில் உன்னைப் பற்றின அந்தரங்க விஷயங்களை, அவதூறாய் சொன்னான் ஒருத்தன். அதை அப்படியே ஒதுக்கிடாமல், நான் ஒரு உளவாளியைத் தேடி, அது பற்றி விவரங்கேட்க, அது உன் கோகிலா அண்ணியோட வேலைன்னு தெரிஞ்சுது! ஒரு ஆம்பளைட்ட உன்னைப் பத்தின விவரஞ் சொல்லி, ஏவிவிட்ட அவங்களை விட்டு ஒதுங்கிடணும்ன்னுதான் நாம அவசரமாய் இந்தத் தோப்பு வீட்டுக்கு வந்தது. அத்தனைக்கு அந்தப் பொம்பளையக் கண்டு நா பயந்தேன். ஆனா, பதினாலு வயசு சிறு பொண்ணை அங்க விட்டுட்டு வந்து சரியில்லைனு இப்போ உறுத்துது. நாம பிரிஞ்ச காரணமறியாத உனக்கு அது பெரும் வேதனையாத்தான் இருந்திருக்கும். நமக்கும் ரெண்டு பிள்ளைங்க, வேலைனு நாளு ஓடிடுச்சு. ஒண்ணு சொல்றேன் - வைபவியை நான் மறந்துடலை. உன் அண்ணியோட அந்தப் பொண்ணு இருப்பது புலிச் சவாரியில்னு புரிஞ்சு, என்னால முடிஞ்ச பாதுகாப்பைத் தந்திருக்கேன்.' என்பதோடு நிறுத்திக்கொள்ள வேண்டும்.

ஆனாலும் சித்ரா, அதை அப்படியே விழுங்கப் போவதில்லை. அவள் பார்வையே இவனிடம் நூறு கேள்விகளை வீசியெறியும்!

　　　　　　　　　மறுபடி மழையென

போக, 'அண்ணியின் கோளாறை முன்னமே எங்கிட்ட நீங்க சொல்லியிருக்கணும். அது தெரிஞ்ச பிறகு சின்னவளை அவங்க கையில விடலாமா?' சூடாய் கேட்டிருப்பாள்.

அந்தப் பாம்பு தோல் கதையைக்கூட மறுபடி சொல்லியிருப்பாள் -

தீ சுட்ட அனுபவத்திற்குப் பிறகு பாதுகாப்பாய் எட்ட நிற்பது பற்றியது அது.

பாம்பு ஒன்று தன் தோலைக் கழட்டி விட்டு, ஆடுகள் மேய்ந்த இடமாய் போக, தலைவனான ஆட்டிடம் சேவல் எச்சரித்தது. -

'அந்தப் பாம்பிடம் ஜாக்கிரதை - அதன் நச்சுப் பல் பட்டாலே நீங்கள் காலி.'

ஆடு மறுத்ததாம்– 'பாம்பு தன் தோலைக் கழற்றி புதிதாகியுள்ளது. ஆக, அப்படியேதும் நடந்துவிடாது' என.

சற்று நேரத்தில் ஆடுகளின் அலறலில், அங்கே போய் பார்க்க, மந்தையில் இரு ஆடுகள் விஷத்திற்கு பலியாகியிருந்தன.

சேவல் சொன்னதாம் -

'பல்லைக் கழற்றாத பாம்பு

தோலைக் கழற்றி என்ன

வாலைக் கழற்றி என்ன?'

மனைவியைப் பற்றி நல்ல தெளிவுள்ள தான் பத்து வருஷங்களாய் விவரங்களை மூடி மறைத்தது தப்புதான்... இவர்கள் வாழ்வு மேலும் புண்ணாகி புரையோடிப் போக விடக்கூடாது.

ஆக சித்ரா, வேற்றூரில் வசிக்கும் தன் அக்கா வீட்டிற்கு போகும் நாளாய் வசந்தனுக்கு அழைப்பு தந்திருந்தான் சிகாமணி...

அருள்தாஸிடம் பேசின பின்பு, வைபவி ஆபத்தில் இருக்கக்கூடும் என்றவர் சொன்னதிலிருந்தே இவனுக்கு இருப்பு கொள்ளவில்லை. தன்னைப் பாசத்துடன் ஒட்டித் திரிந்த அச்சிறு பெண் நிச்சயம் தன்னுடைய பொறுப்பு.

அவள் திருமணத்திற்காய் காசு சேமித்திருந்த தான், அவளை பாசத்திற்கு, பாதுகாப்பிற்குத் தவிக்கவிட்டிருந்தால் அது பெரும் பாவம்.

* * * * *

வசந்தனைதன் ஸ்கூட்டரில் போய் பேருந்து நிலையத்திலிருந்து கூட்டிவந்த அருள்தாஸ், பண்ணை வேலையாட்களைக்கூட அன்று எட்டியே நிறுத்தியிருந்தார்.

ஏற்கெனவே செம்பு நிறைய வைத்திருந்த இளநீரும், தேங்காய் வழுக்கையும், முறுக்கும் தந்து உபசரித்தவரை வசந்தன் சிறு திருப்தியுடன் பார்த்தவர்,

"நானும் பஸ் ஸ்டாப்பில் பலர் பார்வை பட உங்களோட சேர்ந்து சாப்பிட்டிருக்க மாட்டேன். கடத்தும் வேகத்தில் என்னை இங்க கூட்டிட்டு வந்துட்டார் - பாராட்டினார்."

"எதுக்கு வீண் கேள்விகளுக்கு இடம்தரணும்னுதான்."

"அதுதான் சரி."

"நான் வாசல்ல நிக்கறேன். யாரும் வர மாட்டாங்க. இருந்தாலும் ஒரு பாதுகாப்பு..."

"இல்ல அருளய்யா. நீங்களும் உடனிருங்க. மற்றபடி வசந்தனை நான் போனில் தொடர்புகொள்றதுதான். உங்களோடு விவரங்களைப் பகிரவும்தான் எனக்கு பயம்மாயிடுச்சு." என்றான் சிகாமணி.

"பொண்ணு பத்திரமாய் இருக்கான்னு ஒரு கண் வச்சிருந்தேன் சார். ஆனா, சீன்ஸ் படபடன்னு ரெண்டு மாசத்துல அத்தனைக்கு மாறிடுச்சு. இப்ப வைபவி ராஜஸ்தான் பறந்தாச்சு - முதலாளி, அவர் சின்ன மகனோடு."

"இதெல்லாம் அந்தச் சித்தியம்மாக்குத் தெரியுமில்ல?"

"அவங்க சம்மதத்தோடதான் – அத்தினிக்கு வசதி அந்தம்மாக்கு! கூடவே ஆளு, காரு, வேலையில்லாமலே சம்பளம் வேற!"

அதில் மேலும் விவரங்களை சிகாமணி கேட்க,

                    மறுபடி மழையென

"அந்த முதலாளியோட சம்சாரம் பற்றி தெரிஞ்சுதா? ஏன் அந்தம்மா அவரோட இல்ல?" அருள்தாஸ் காரியமாய் கேட்டார்.

"அது வடக்கத்திய பொண்ணு. வியாபாரத்துக்கு வந்தவங்க - ரெண்டு தலைமுறையாய் சென்னையிலதான். இப்போ அது அதிகமாயிடுச்சுல்ல? நம்மூரு ஒழுக்கம், மரியாதை, செழிப்பு எல்லாம் பார்த்த பிறகு, பக்காவாய் தெற்கே செட்டிலாயிடுறாங்க. ரெண்டு பொண்ணுக. மூத்தவங்க பேர் ரவீணா. ஏதோ ஃபேஷன் ஷோவுல பங்கேற்றபோதுதான் ரெண்டு பேரும் சந்திச்சிருக்காங்க - பத்து வருஷங்களுக்கு முன்னே."

"அப்ப அந்த வினய் தேசிகனுக்கு...?"

"இப்ப வயசு 33. பார்க்க ரொம்ப அசத்தலான ஆளு."

"ஆக ஃபேஷன் மாடலாக்கும்?"

"இல்லலல்ல. எய்ட்ஸ் பாதிப்பிலிருந்த ஏழை குழந்தைகளுக்கான சிகிச்சைக்கு நிதி திரட்ட ஏற்பட்ட 'ஷோ' அது. கலந்துகிட்டவங்க யாரும் தொழில்முறை மாடல்ஸ் இல்லை. அந்தப் பொண் கல்லூரி கடைசி வருஷ படிப்பில் - இவர் ரியல் எஸ்டேட்டில் அப்பத்தான் நுழைஞ்சிருந்தார். வசதியான குடும்பம் என்பதால் கைவசம் இருந்த நிலமே மூலதனமாய் இருந்திருக்கணும்."

"எப்படி கல்யாணத்துல முடிஞ்சுது? வீட்டுப் பெரியவங்க மறுக்கலையா? வேற்று மொழி, அது இதுன்னு?"

"வினய்க்கு அம்மா மட்டுந்தான். அவங்களுக்கு பையனின் முடிவு மேல் நம்பிக்கை. பொண்ணு வீட்டிலும் திருப்திதான். அவங்க வகையறாவில் படிச்ச, வேண்டாத பழக்கமில்லாத பசங்க சொற்பம்."

"இதெல்லாம் எப்படி தெரியவந்தது?" கேட்ட அருள்தாஸை ஏறிட்ட வசந்தன்,

"வினய்யின் ரியல் எஸ்டேட் காலத்தில் மேனேஜராய் நின்ன ஒரு பையன் மூலம் பாதி - மீதி அங்கங்கே சேகரிக்கறதுதான். தப்பான ஆளுங்களுக்கோ காரணங்களுக்கோ நா இதுவரை துப்பு துருவினதில்லை."

"இதுவரை நான் தந்த காசுக்கு உங்க வேலை அதிகம்தான் வசந்தன். உரிமையா எடுத்து செய்தீங்க - அல்லது வைபவி வேலையின் சமீப மாற்றமெல்லாம் கவனிச்சு எங்கிட்ட சொல்வானேன்?"

வசந்தனின் முகம் சற்று யோசனையில் மூழ்கிவிட்டு பின் பேசினார் -

"திறமையான பொண்ணு. பொறுப்புங்கூட..."

"ஆக வேலை நிமித்தம் வெளியூர் போறதை நாம குறைன்னு சொல்ல முடியாது?'

"குறைன்னா... அது உங்க வீட்டுப் பெண் தன் மனைசை நழுவ விட்டுட்டு இருக்கறதுதான்னு, சொல்லுவேன்."

"சீனில் அவர் முதல் சம்சாரம் இருந்துட்டா, இந்த வினையே இல்லை. அந்த ரவீணா எங்கே?"

"உயிரோட இருக்காங்கன்றதைத் தவிர வேறேதும் இதுவரை தெரிஞ்சுக்க முடியலை... அத்தனை ரகசியம் ஏன்னும் புரியலை..."

சொன்னவர் அதை யோசனையுடன் சொல்ல, கேட்ட முகங்களில் பெரும் கவலை தெரிந்தது...

⎯⎯◦⎯⎯

மறுபடி மழையென

அத்தியாயம் 19

"*சம*ஸ்கிருதத்தில் 'கலா',

தமிழில் நாங்க 'கலை' என்போம்.

ஆங்கிலத்தில் 'கல்ச்சர்',

ப்ரெஞ்சில் 'கொலே'

- அத்தனைக்கும் அர்த்தம் ஒன்றேதான் - வளர்தல்!

உன்னத எண்ணமும் உணர்வுகளுமே கலையாய் பரிணமிக்கின்றன. அப்படி உருவாகும் கலை நம்மை வளர்க்கிறது. சிற்பமாய், நாட்டியமும் கானமுமாய், ஓவியமாய்... இவையே உயிர்களை, உலகை மேலும் மேன்மையுறச் செய்பவை."

வாடாமல்லி வர்ண பட்டில், அதே நிறத்தில் கண்ணாடி வளையல்கள் அடுக்கப்பட்ட கைகளைக் கூப்பியபடி வைபவி பேச, அப்பளிங்கு மாளிகையில் கூடியிருந்த பல தேசத்தவர்கள் கைதட்டினார்கள்.

அதுவரை பலமுறை 'இ-மெயில்' மூலம் அவளுடன் தொடர்புகொண்டவர்களின் முகத்தில் சிநேகமிருந்தது. ஆக, ஓவியக்கண்காட்சி ஆரம்பமானதுமே விசாரிப்பும் விற்பனையும் மும்முரமாயின.

'நான் எதிர்பார்த்த தரம் இருப்பதில் மகிழ்ச்சி.'

'இனி மற்ற கலா ரசிகர்களுக்கும் நான் இதைத் தைரியமாய் பரிந்துரைக்கலாம்.'

'ரெண்டு நாளில் டீல் முடிச்சுடணும். நான் பின் ஜோத்பூர், ஜெய்பூர் பார்க்கலாமே...'

'இதே ரக ஓவியங்கள் மேலும் தேவைப்பட்டால்?' என்று இவளை வேலைக்குள் முக்கினார்கள்.

இவளுடனே நின்று அனுபவுமே உதவினான்.

மூன்று மணிக்கு, 'பசிக்குது ஆன்ட்டி, சாப்பிடலாம் வாங்க' என்றது உட்பட!

காலை உணவில் சர்வதேச உணவு வகைகள் பரத்தப்பட்டிருந்தாலும், மதியம் வடா பாவ், பாவ் பாஜி, சிந்தி ஃபலூடா என்ற உள்ளூர் வகைகளே அதிகம் சுவைக்கப்பட்டன.

வினய்யுடன் அவன் வலது கரம் போல நின்ற சஞ்சித், இவள் கண்களில் அவ்வப்போது பட்டதோடு சரி. உணவுடன் நீரூற்றின் அருகே இடப்பட்ட குடைகளின் கீழிருந்து சாப்பிட்ட சிறு ஓய்வு இவளுக்குத் தேவைப்பட, மற்றவர்களின் வேலை வேகம் குறையவேயில்லை.

அனுப்பப்பட வேண்டிய ஓவியங்கள் உடனடியாய் அகற்றப்பட்டு, வைபவி தயாராய் வைத்திருந்த வேறு பல கண்காட்சிக்கு வந்தன.

தன்னை ஒட்டியே அலைந்த அனுபவ்வை வருடிய இவளது பார்வை, கூடவே சித்ரா அத்தையின் பிள்ளையும் இதே வயதில் இருப்பான் என்ற யோசனையில் மிதந்தது. அவனைவிட இரு வயது இளையவளாய் ஒரு சின்னக் குட்டி. அவர்கள் இருப்பது அத்தைக்குப் பெரிய பலம்தான். பாசத்தைவிட வேறேது பெண்களைப் பலப்படுத்தும்?

கண்டிப்பாய் அவர்களைப் போய் பார்த்துவிட வேணும். அவர்கள் ஏன் வரவில்லை என்று மறுகுவதை விட்டுவிட்டு தான் போய் நலம் விசாரிப்பதுதான் முறை.

இந்நாள் வரை கோகிலா சித்தி, தன்னை நகரவிடவில்லை. சென்னை திரும்பும் முன்னரே பூம்பொழில் போய் வந்துவிட்டால்கூட நல்லதுதான்.

அன்றிரவு மாளிகையின் மேல் தளம் ஆட்டம் பாட்டத்தில் கோலாகலப்பட்டது.

                                மறுபடி மழையென

பளபளக்கும் பல வர்ண பாவாடைகள், குடை ராட்டினமென விரியுமளவில் சுற்றிச் சுழன்றுப் பெண்கள் ஆடிய 'கூமர்', தலையில் வரிசையாய் பானைகளை அடுக்கிவிட்டும் அநாயாசமாய் அபிநயித்த 'பாவாய்', வெள்ளைக்காரப் பயணிகளோடு இவளையுமே பரவசப்படுத்தின.

"எப்படியிருக்கு மேம், எங்க ஊர்?" தன் முன்னே நின்று விசாரித்தவனை, சில கணங்கள் கழித்தே வைபவியால் இனங்காண முடிந்தது.

"இந்த காஸ்ட்யூமில் நல்லாவேயிருக்கே சஞ்சித்" சிரித்தாள்.

"இதானே மேம் நம்ம ஸ்டைல்! நீங்க வந்து ரொம்ப நல்லதாச்சு மேம்!"

"வேலை நடக்கும் இடத்துக்கு வந்துதானே ஆகணும். அது இத்தனை பிரமாதமாய் இருக்கும்னு நான் எதிர்பார்க்கலை."

பலமுறை பார்த்தும் சலிக்காத அவள் கண்கள், மறுபடி சுற்றிவந்தன.

சூரியன் இருந்தவரை அதன் ஒளியில் தகதகத்த ஏரி, இரவில் கரையோரமெல்லாம் ஓங்கி நின்ற மாளிகைகளின் மின்விளக்கைப் பிரதிபலித்து, ஆயிரங்களில் தீபம் மிதப்பது போல வேறு அழகைக் காட்டியது.

காலை வேளை மாளிகையெங்கும் படபடவென இடம் மாறி மாறி அமர்ந்து பறக்கும் புறாக்கள் இப்போது எங்கே?

பளபளத்த நீரின் நடுவே அந்த மாயச் சுழலில் சொக்கி கிடந்தாள் வைபவி.

"எங்கப்பா டைம்ல, இந்த ஏரி ரெண்டு தட காஞ்சு போனதப் பார்த்ததாய் சொல்வார் மேம். பசங்க கிரிக்கெட்கூட ஆடுவாங்களாம்."

"தீவு போலிருக்கும் இங்கே தங்கினது மறக்கவே முடியாத அனுபவம் சஞ்சித்."

கண்ணுக்கும் செவிக்கும் விருந்தளித்த கலைஞர்கள் விலக, அதுவரை பரப்பப்பட்ட உணவு வகைகளும்கூட எடுத்துப் போகப்பட்டன.

"நீங்க சரியா சாப்பிடல மேம்" என்றவன் போய், கண்ணாடி கிண்ணம் நிரம்ப க்ரீம் சேர்த்த பழத்துண்டுகளை கொண்டுவந்து நீட்டினான்.

ஏரியின் நீர் தளும்பலுக்கு அப்பால், வானை முட்டும் பிரமாண்டத்தில் நின்றது பிரதான அரண்மனை.

"கரையில் நிக்ற பேலஸ், இண்டியாவ்ல ரெண்டாவது பெர்சு மேடம்" பெருமிதமாய் அறிவித்தான் சஞ்சித்.

"ம்ம்... முதலிடம் மைசூர் பேலஸ். சரியா?"

பதில் வராததில், வாய் நிரம்ப பழத்துடன் திரும்பியவள் திகைத்தாள். வினய் எப்போது இங்கே வந்தார்? சஞ்சித் அதற்குள் எப்படி மாயமானான்?

பகலில் வெயிலைக் குடித்து முறுக்கேறிக் கிடந்த பூவேலையுள்ள பளிங்குத் திண்டுகள், இப்போது குளிர்ந்திருந்தன. மிக இயல்பாய் அதில் சரிந்த வினய், 'உட்காரேன்' என்பது போல சைகை செய்ததை, இவள் கண்டுகொள்ளாதது போலிருந்தாள்.

சென்னையில் வேலைக்கு நடுவே, பலர் ஊடே இவருடன் நிற்பதில், பேசுவதில் தன்னுள் பெருகும் புரியாத உணர்வுகள், இத்தனை ரம்மிய சூழலில், தனிமையில் தன்னை அடித்தே சாய்த்துவிடும் என்ற எச்சரிக்கை வர,

"அனுபவ் எங்கே?" என்றபடி நகர முயன்றாள்.

"தூக்கம் வருதுன்னான். நான்தான் போய் அறையில் விட்டுட்டு வந்தேன். இந்தத் தீவின் மாளிகையில் நின்று, மற்ற அரண்மனைகளை நாம் தினசரி பார்க்கமுடியுமா என்ன? அதான். நாம எதிர்புற ஹோட்டலில் மேலும் ரெண்டு நாள் இருக்க நேரும். பிறகு சென்னைதான்."

"ம்ம்..."

"இந்தியாவின் புராதனக் கட்டடங்கள் பற்றியெல்லாம் தெரிந்து வச்சிருக்க வைபா, நீ புத்திசாலிதான். ஆனால், மறதி அதிகம்ணு யூகிக்கறேன்."

                                மறுபடி மழையென

மற்ற அற்புதங்களை விட்டுவிட்டு இவரேன் தன்னை ஆராய்கிறார்?

"நானும் படுக்கணும். நாளையும் வேலை இருக்கே" விடைபெறுவது போல சொன்னாலும்,

'எதைச் செய்ய மறந்தேன்?' என்று தேடியது புத்தி. முழுக்க குளிரூட்டப்பட்ட மாளிகையில் வேலை செய்ததில் வியர்த்து கசங்கவில்லை என்றாலும், வேலையில் நின்ற களைப்பில் மூளை அயர்ந்துதான் கிடந்தது.

"நீ இதற்கு முன் ஹாலிடே போனது எங்கே?"

"நான் இப்படி டிராவல் பண்ணினதில்லை. இதுதான் முதல் முறை."

"வெளியூர் ட்ரிப் போனதேயில்லையா?" - அவன் முகம் மாறியது.

அதில் ஏன் அத்தனை திகைப்பு... கூடவே ஏமாற்றம்?

"தமிழ்நாட்டினுள் கூடவா?" அவசரமாய் கேட்டான்.

"ம்... ம்... ஏறக்குறைய மூணு வருஷம் முன்னே ஏற்காடு போனேன். அங்கிருந்த ஸ்கூலில் நடந்த ஓவியப் போட்டிக்கு ஜட்ஜாய், என் சிநேகிதியின் சிபாரிசில் போயிருந்தேன்."

வினய்யின் கண்கள் ஜ்வலித்தன. பழுத்த கொத்துகளாய் சுற்றிலும் தொங்கிய விளக்குகளின் பிரதிபலிப்பா அது? ஏரியின் தளும்பல் போல அவற்றில் நீர்படலம்கூட இருந்ததோ?

"வேறேதும் நினைவு வரலியா வைபா?" - வெகு தாபத்துடன் வந்து அக்கேள்வி.

சற்று அழுந்த யோசிக்க, ஏற்காட்டிலிருந்து திரும்பிய அம்மழை இரவுப் பயணத்தின் விபரீத அனுபவம் அவளுள் நிழலாடியது.

அந்நேரம் பார்த்து வெட்டியது மின்னல். அது தன்னைக் காப்பாற்ற வந்துபோல...

"மழை வரும் போல" என்றவள், அவளுமாய் அங்கிருந்து நகர்ந்தாள்.

ஆனால், அறைக்குள் வந்து உடை மாற்றியவளுக்குள் களைப்பை மீறியது குழப்பம்.

சல்லாத் துணி மறைப்பின் ஊடாய் வெளிச்சமும் நிழலுருவங்களுமாய் தெரிவதுபோல, மசமசப்பாய் வந்தன ஞாபகங்கள்.

துணியை விலக்கி மறுபக்கம் போனால் எதைக் காண நேரும்? பூதமா... புதையலா? ஆனால், அறைக்குள் நுழைந்த நொடியில், அவளது புத்தி, நாளெல்லாம் தாயைக் காணாது கண்ட குழந்தையைப் போல வேறு பக்கம் தாவியது!

இளநீலத் துண்டு காகிதத்தின் மீது மூடியிட்டு வைக்கப்பட்டிருந்த வெள்ளிக் கிண்ணத்தை யோசனையாய் திறந்தவளின் முகம் மலர்ந்தது.

நீலக் காகிதத்தின் குறிப்பில் மேலும் விரிந்தது சிரிப்பு. 'என்ஜாய் ஆன்ட்டி! காலைல நாம சாப்பிட்ட வாசனைத் தயிரில், ஆரஞ்ச் ஃப்ளேவர் இருந்தால் நல்லாருக்கும்னு கேட்டீங்கல்ல... ரெடியாயிடுச்சு!'

துளித் துளியாய் அந்த இனிப்பை ரசித்தவளின் உள்ளே, சீக்கிரமே அத்தையின் பிள்ளைகளை... அருண் - ஆர்த்தியை தான் பார்க்கப்போகும் தித்திப்பு வேறு.

வைபவி படுத்ததுமே அவளைச் சுகமாய் தூக்கம் ஏந்திக்கொண்டது.

* * * * *

மாறாய், மற்றொரு அறையில் வினய் புரண்டு தவித்தான். அரை தூக்கத்தில் அந்தக் குரல் இவனிடம் கொஞ்சிக் குழைந்தது.

"நீயில்லாம என்னால் உயிரோடு இருக்கவே முடியாது வினெய். *I need you.* 22 வயசுல எப்டி எனக்கு சாவு வரும்? நானே அதை வரழைக்கணும். அந்தளவு ஐம் கிரேஸி அபௌட் யு. யு ஆர் மை *God.*"

குப்புறக் கவிழ்ந்தவனின் காதில் அக்குரல் விடாமல் அலுத்தது.

"ஏன் நீ ஒரு *saint* போலிருக்கே வினெய்? ஓப்பன் மேரேஜ் பற்றி தெரியுமில்ல? கப்பிள் இரண்டு பேரும் விரும்பின யாரோடும்

                                   மறுபடி மழையென

குஷியா இருக்கலாம். கற்பு, கட்டுப்பாடெல்லாம் அநாவசிய ஸ்ட்ரெஸ்! நரேன் உன்னளவு க்ளாஸி ஆள் இல்லை. லுக்ஸ்கூட கம்மி. ஆனா, தாராளமான கை. யோசிக்காமல் செலவு பண்ண அவன் ரெடி! மணாலி போலாமான்னு எத்தனை தரம் உன்னைக் கேட்டேன். அவன் என்னை மால்தீவ்ஸ் கூட்டிட்டு போறானாம். உன்னோட வாழுறதில் த்ரில் இல்லியே.''

குளிரூட்டப்பட்ட அறையிலும் வியர்க்க வினய் மல்லாந்து படுத்தான்.

"You are a Cheat வினெய்! எனக்கு பேபீஸ் பிடிக்காதுன்னு தெரியாதா உனக்கு? தேவையில்லாத தொல்லை அது. எனக்கு தாறுமாறான டேட்ஸ் என்பதால், இப்ப நான் மூணு மாசகர்ப்பம்! டாக்டரோடு சேர்ந்து எங்கப்பாவும் ஒரு குழந்தையேனும் இருக்கட்டும்ற்றார். ஏமாற்றி, என் அழகை அழிச்சுட்ட நீ. இனி நா செக்ஸியா டிரஸ் பண்ணா, பார்க்கறவங்களுக்குச் சிரிப்புதான் வரும். *'She is a Mom'*னு உதட்டைப் பிதுக்குவாங்க!"

தொண்டை வறண்டு, பதிலுக்கு ஏதோ முனங்கினான். ஆனால், அவள் குரல் விடாமல் துரத்தியது.

"நீ டெவில் வினெய். என்னை ஆக்ரமித்து, அழிச்சுபோட்ட சாத்தான். இன்னுமொரு குட்டிப் பிசாசு வந்து என் பின்னால் அலையும். அதைக் கொண்டுதான் உன்னை நா பழி வாங்குவேன். நானொரு முட்டாள். எத்தனை ஆசையாய் உம் பின்னால் ஓடிவந்தேன்? அத்தனையையும் அழிச்சுட்டியே. *You are a killer...!*"

வினய்யின் உதடுகள் பிதற்றின.

"போகாதே ரவீணா ப்ளீஸ்..."

உணவுக்காய் கையேந்தலாம்.

உறவு, உணர்வுகளுக்காய் கையேந்தி நின்ற நாள்களின் அவமானத்தில் இன்றும் குன்றியவனின் உடல் உறக்கத்தில் உதறியது.

————◦○◦————

அத்தியாயம் 20

மாளிகையின் அல்லி தடாகப் பகுதிக்கு வந்த வைபவி, அங்கே கண்ட காட்சியில் அயர்ந்து நின்றாள். நம்மூர் தோட்டத்து வண்ணத்துப்பூச்சிகளைப் போல இங்கே மணிப்புறாக்கள் படபடத்து பறந்தன.

வேலைப்பாடுள்ள நாற்காலியில் அமர்ந்த வினய் தேசிகனுக்கு ஹோட்டல் சிப்பந்தி ஒருவன் `பக்டி'யைச் சுற்றிக்கொண்டிருந்தான்.

பரபரவென அந்த நீண்ட பாந்தினி சீலை, சில நிமிஷங்களிலேயே கச்சிதமான தலைப்பாகையாக, ஷெர்வானியில் இருந்தவனின் கம்பீரம் கூடியது.

காலையில் பாலாடை நிறப் பட்டுப் புடவையை உடுத்திவிட்டு, வேறு ஒன்றுக்கு மாறிவிடலாமா என்று பலதரம் தயங்கிய வைபவிக்கு, சற்றுத் திருப்தியானது. தன் தோற்றம் அதிகப்படியில்லை என்ற நிம்மதி.

அமரிக்கையான நிறமென்றாலும் இளநீலமும் ஆரஞ்சுமான வேலைப்பாட்டில் அசத்தியது அப்புடவை. இதற்குத் தோதான நகைக்கு தானெங்கே போக என்று, அதையே உள்ளங்கழுத்துக்கு வேலைப்பாடாகும் வகையில் தைத்த ரவிக்கை.

ஆனால், உடுத்தியதும் ஏனோ கூசியது. காந்திஜியின் அறிவுரையை மனதில் பதித்திருந்ததாலும் போலும் -

'பெண்ணே, உன் வாசனைகளும் வண்ணங்களும் மனதிலிருந்து பிறக்கட்டும். ஒரு ஆடவனைக் கவர்தற்காய் நீ உன்னை அலங்கரித்துக்கொள்ளக் கூடாது!'

தன் கவனத்தைப் பிடுங்குவதற்காகத்தான் இவள் மின்னுவதாய் வினய் நினைத்துவிடக் கூடாதென்ற தயக்கம்.

இன்று ராஜஸ்தானிய ஆர்ட் விற்பனையாளர்களுக்கான தினம். மீதமிருந்த ஓவியங்களும் விற்பதோடு, நல்ல உள்நாட்டு தொடர்பும் கிட்டும்.

ஆக, ராஜஸ்தானிய முறையில் வினய் உடுத்திக்கொண்டிருக்கிறார் போலும். தகுந்த ஆடைகள் தொழிலிலும் உதவும் என்பது இவள் சமீபமாய் கற்ற பாடம்தான்.

இவளை ஏறிட்ட வினய்யின் கண்கள் சிவந்து, சோர்ந்திருந்தன. கரிசனத்துடன் அதைக் கவனித்தவள் மரியாதையான தொனியியில்,

"உங்களுக்கு மிகப் பொருத்தம்" என்றுவிட்டு, பக்டியை நேர்த்தியாய் கட்டிவிட்டிருந்த இளம் சிப்பந்தியிடம்,

"ரெடிமேட் டர்பன்னு நினைத்தேன். தினமும் இப்படிச் சுற்றுவது சிரமமில்லையா?" பேச்சு தர, அவனது கண்கள் மறுப்பில் உருண்டன.

"இது உங்க புடவைபோல மேம்... ரெடிமேட் எப்படிச்சரிவரும்? தவிர, வெவ்வேறு வைபவங்களுக்கு எங்க 'கட்டு' மாறுமே" பய்யமாகவே விளக்கிவிட்டு விலகினான்.

"இன்னைக்கு லீனாவும் இங்க வற்றதாய் சொன்னாங்க. சேர்ந்து சாப்பிடலாம்னு காத்திருக்கேன்."

வைபவியும் பய்யமாகவே தான் அங்கு நின்ற காரணத்தைச் சொன்னாள்.

"ம்ம்... வரும் இரண்டு நாள்கள் நாம் எதிரே உள்ள ஹோட்டலில் தங்கறோம். இத்தனை தூரம் வந்ததுக்கு நீ இந்த அழகிய ஊரை சுற்றிப் பார்க்கணும் இல்லையா?"

இது வினய் போதுமளவுக்குப் பார்த்த ஊர். ஆக, இந்தத் தங்கல் தனக்காகத்தான்.

காவல் காப்பது போல குண்டு பளிங்கு யானைகள் சில சுற்றி நின்ற அலங்கார குளத்தைப் பார்த்தபடி, நன்றி தெரிவிக்கும் வார்த்தைகளை இவள் தேடிக்கொண்டிருந்த நேரம், அனுபவ் வந்துசேர்ந்தான்.

"வாவ்! அப்பா... யூ லுக் ராயல்! எனக்கும் ஒரு பக்டி வேணுமே."

துள்ளலாய் கேட்ட சிறுவனின் தலையைப் பாசமாய் நீவியவளின் உள்ளே மறுபடி ஒரு நினைவு ரேகை ஓடியது.

ஆனால், அதை ஆராய்வதற்குள்,

"சில படங்கள் எடுத்துக்கோங்க சார், இங்கே தங்கினதின் ஞாபகார்த்தமாய்..." - ஹோட்டலின் மேலாளர்,

வினய்யின் மொபைலின் மூலமே பல படங்களை எடுத்தபடி, உடன் இவளையும் நிற்க கேட்டுக்கொண்டபோது, மறுக்க வழியில்லை. தனக்கு இச்சில நாள்கள் சுக கனவு போலத்தான், என்றாலும் கலையவே கலையாதே.

"ஒரு நிமிஷம் ஆன்ட்டி, உங்க ஸாரிக்கு ஏற்ற டார்க்வாய்ஸ் அண்டு காரல் காம்பினேஷனில் கம்மல், இங்கேயுள்ள ரஹீம் அங்கிள் கடையில் இருக்குது. கேட்டு கொண்டுவர்றேன்." அனுபவ் ஓடி, இரண்டே நிமிஷங்களில் திரும்பினான்.

"இதெல்லாம் எனக்குப் பழக்கமில்லையே அனுபவ்" என்று தயங்கினாலும், காதில் அந்தப் பரும் கம்மல்களை போடத்தான் வேண்டி வந்தது.

"இரவல் வாங்கிட்டு வந்தேன் ஆன்ட்டி. பிடிச்சிருந்தால் வாங்கிக்கலாம். இது செமி-ப்ரஷியஸ் ஜெம்ஸ்."

"சரி, அனுபவ். இதன் பேரெல்லாம் அதற்குள் படிச்சுட்டியே..."

"டர்க்கி நாட்டில் நிறைய கிடைப்பதால், இந்தக் கல்லின் பெயர் டர்க்வாய்ஸ்-பவளம், அப்கோர்ஸ் கடலிலிருந்து."

"வாவ், மேம்..." என்று உற்சாகமான மேலாளர், மேலும் இவர்களைப் படமெடுத்தாலும், வினய்யின் வாட்டம் விலகவில்லை. சிறப்பாய் உலக கலா ரசிகர்கள், டீலர்களுடன் தொடர்பும் ஒப்பந்தங்களும் ஏற்பட்ட பிறகும் ஏனிந்த சோர்வு வினய்யிடம்?

அடுத்த சந்திப்பு, வரும் வருடம் சென்னையில் என்பதை அனைவரும் ஆவலாய் ஏற்றுக்கொண்டார்களே... சுலபமான வெற்றி இவரிடம் ஏன் துள்ளலாய் வெளிப்படவில்லை?

                                      மறுபடி மழையென

'வாழ்வில் திருப்தி உள்ளவர்களுக்கே செய்யும் தொழிலும் திருப்தி தரும்' என்பார்களே... மற்றபடி, இவருக்கான குறையாய் தன் கருத்தில் இதுவரைப்பட்டது, வினய்யின் மனைவி அவருடன் இராததுதான்.

அப்பெண்ணும் தன் வேலையில் மும்முரமாய் இருக்கிறவரா? பெரும்பாலான பெண்கள் அப்படித்தானே? அல்லது உடல்நலமில்லாத நிலையா?

லீனா, அனுபவ்கூட அவரைக் குறிப்பிட்டதுமில்லையே? நினைத்ததும் காட்சி தரும் தேவதை போல, அந்நேரம் லீனாவும் வந்துசேர, அவர்களை வேலை அள்ளிக்கொண்டது.

நிற்கவோ, நினைக்கவோ நிமிடமில்லை.

வேலைகளை முடித்து, அஸ்தமன சூரியனைப் பார்த்தபடி அங்கிருந்து கிளம்ப மறுபடி படகிலேறியபோது, வைபவினுள் இனமறியாத கனம்.

ஆனால் உடனிருந்த லீனா, ஏதேனும் பேசியபடி வந்ததில் நிச்சயம் ஆறுதல்தான்.

"அதோ, அந்த ஆரஞ்ச் லைட்ஸ் எரியும் இடம்தான் நாம் தங்கப்போகும் ஹோட்டல். மைய அரண்மனையின் பல பகுதிகள் இப்போ டூரிஸ்ட்ஸ் தங்கும் விடுதியாகிவிட்டன. இங்குள்ள உணவகங்களின் சிந்தி ஃபலூடாவும், மட்டன் லாவும் சாப்பிட்டா சொர்க்கமே தெரியும்."

லீனா கண் சொருகி பேச, வைபவி சிரித்தாள்.

"நாலரை லட்சம் ஜனத்தொகையுள்ள இந்த சிட்டியின் செழிப்பு, வரும் டூரிஸ்ட்னால்தான். இப்போ டெஸ்டினேஷன் வெட்டிங்ஸ் தடபுடல் படுது."

"பிரபலங்களின் கல்யாணங்கள் இதுபோன்ற அரண்மனைகளில் நடப்பதுதானே? கேள்விப்பட்டுருக்கேன்."

"மூணு நாள், 150 விருந்தினர்களுடன் நடக்கும் கல்யாணச் செலவு முக்கால் கோடியிலிருந்து ஆரம்பம்."

இவர்கள் அடுத்த ஹோட்டலில் தங்கள் அறைகளுக்குள் போய், தங்கள் உடைமைகளை வைத்து சற்று ஆசுவாசப்படவே, இருட்டிப்போனது.

"இங்குள்ள ரெஸ்ட்ரான்ட்டிலேயே சாப்பிட்ரலாமா?" லீனா கேட்க, மற்றவர்கள் சந்தோஷமாய் ஒத்துக்கொண்டார்கள். அத்தனை அயர்ச்சி.

அனுபவ் வாங்கிவந்திருந்த கம்மலை, ரஹீமின் கடையில் திருப்பித் தர வைபவி போக,

"நோ மேம்... ஸாப் ஏற்கெனவே இதற்கான பணம் தந்துட்டார். தவிர, உங்களுக்கு இது வெகு பொருத்தம்."

யோசனையுடன் கனத்த அந்தக் காதணிகளைக் கழட்டி, கையில் வைத்து அழகுப் பார்த்த நேரம், அறைக் கதவு தட்டப்பட்டது.

வந்திருந்தது லீனா.

"இதையேன் கழட்டினே வைபா? இந்த ஊரில் டைனிங் அவுட், ரொம்ப ஸ்பெஷல். இதே ஸாரி, நகையோட வா."

அதற்கேற்ப தன் ஒப்பனையையும் சீராக்கிக்கொண்டு வெளியே நடந்தவளை, அந்தக் காட்சி ஆச்சர்யப்படுத்தியது. வானை முட்டிவிடுவது போல அரண்மனையின் கோபுரங்கள் நிற்க, கீழே நந்தவனத்தில் வெகு அலட்சியமாய் தங்கள் தோகைகளை இழுத்தபடி நடந்துகொண்டிருந்தன மயில்கள்!

"இந்தியா எத்தனை பரந்த நாடு என்பதை பயணத்துக்குப் பிறகுதான் உணரமுடியுதுங்க லீனா. எத்தனை வெரைட்டி - மாநிலங்களின் கட்டடம், கலை, இசை, உடை, உணவில்..."

"உண்மை, நாளை காலை நாம் உதய்பூரின் மற்ற ஏரிகளை, மான்ஸூன் மாளிகை, பூங்கா தவிர, அரண்மனையின் 'கிரிஸ்ட்டல்' கலெக்ஷனைப் பார்ப்போம். வைபா, உயர் ரக கண்ணாடிச் செதுக்கலின் பளபளப்பில், ஸ்பூனிலிருந்து சோஃபா, கட்டில் வரை ஆயிரக்கணக்கான பொருள்கள்... பிரமிச்சுபோவே நீ. அக்கால ராஜாக்களின் பொழுதுபோக்கு இதெல்லாம்."

  மறுபடி மழையென

"நீங்க ஏற்கெனவே பார்த்தாச்சா லீனா?"

"ரொம்ப முன்னே... மறுபடி பார்க்க சலிக்காது. பசிக்குது, வா-உட்காரலாம்."

உணவகத்தின் கண்ணாடித் தடுப்பின் வழியே ஏரியின் நடுவே முத்தாய் நின்ற 'லேக் பேலஸ்'ஸை ஏக்கமாய் பார்த்தபடிச் சாப்பிடலானாள் வைபவி.

மறக்கவே முடியாத மூன்று நாள்கள்தான் அங்கே கழிந்தவை. இதோ, இந்தப் பொழுதும்கூட மனதுள் பொக்கிஷமாய் வைத்து பூட்டிவிட வேண்டியதே.

ஒட்டுப்புல்லாய் இவளையடுத்த அனுபவ் இருக்க, அதற்கு மறுபக்கம் லீனா. இரு பெண்களும் அடிக்கடிச் சரிந்து பேசிக்கொள்ள, நடுவே வெகு திருப்தியாய் உணவு வகைகளை ருசித்துக்கொண்டிருந்தான் சின்னவன்.

மெழுகுவர்த்தியின் ஒளி, அவர்களை ஒரு மிருதுவான ஓவியமாக்கி இருந்தது.

அந்தக் காட்சியில் லயித்திருந்த வினய்க்கு, அருகே நண்பன் சந்துரு பேசியது ஏதும் காதிலேறவில்லை. வயிறு சுருண்டதில், உணவும் இறங்கவில்லை.

தன் மகனைப் பற்றிய யோசனை பெற்றவனை அலைக்கழித்தது. அனுபவுக்கு இந்த அன்பு தொடர்ந்து கிடைக்குமா?

நேற்றிரவு இவன் உறக்கத்தைக் குலைத்தவளின் குரல், மறுபடி அவனுள் அனலாய் சுட்டது.

பிறந்த மகனை கையில் முதன்முறை தான் ஏந்தியபோது பொங்கிய பேரானந்தத்தை எப்படி அவித்துப் போட்டாள் அவள்?

"உனக்கு சந்தோஷம்னு தெரியுது வினெய்! ஆனா, இத்தனை மாசமாய் என் அழகைப் பணயம் வச்சு, வலியும் ரணமும் அனுபவித்த எனக்கு இது கொடுமை! ஆக, இவன் பெயர் அனுபவ்! மறந்துடாதபடி மறுபடி மறுபடி நாம கூப்பிட்டு ஞாபகப்படுத்திக்க வேண்டிய பெயர்- சரிதானே?"

"நம் பையனின் வாழ்க்கையை நல்ல அனுபவமாக்க வேண்டியது நம் பொறுப்பு ரவீணா."

"செண்ட்டிமென்டல் நான்சென்ஸ்" கடித்த பற்களூடாய் துப்பப்பட்டன வார்த்தைகள்!

இவன் சளைக்காமல் முயன்றான், கெஞ்சினான். நாளாக ஆக, ரவீணா மேலும் மாறினாள்.

'வெயிட் போட்டுடக் கூடாது' என்று பயந்து மெலிந்தாள். ஊர், உலகம் சுற்ற ஆசைப்பட்டவள், அறையின் சுவர்களுக்குள் அடைந்தே கிடந்தபோதுதான் வினய்க்கு அந்தச் சந்தேகம் முளைவிட்டது. மேலும் சற்று துருவ, வந்த விவரம் கடும் அதிர்ச்சி!

———◦———

அத்தியாயம் 21

தடுக்கி விழுந்தவன் எழுந்து நிமிரும்போது, தலையில் 'நச்'செ‌ன இடிபட்டது போலொரு அதிர்ச்சியில் கிறுகிறுத்து போனான் வைபவ், தன் மனைவி பற்றி அறியவந்த உண்மைகளில்!

அதுவரை தன் கெஞ்சல்களுக்கு ஏனிவள் கசியவில்லை என்பது புரிந்தது.

தொழிலில் சற்று நிமிர்ந்ததும் ரவீணாவின் தலையை வருடியபடி கேட்டான்.

"மால்தீவ்ஸிற்கு நாம் ஒரு ஹாலிடே போலாமா ரவீணா? அனுபவ்வுக்கும் நாலு வயசாச்சு. அவனுக்கும் விவரம் புரியும்."

"உனக்கும் இன்னும் புரியலை வினெய். இப்படிப் புண்ணிய பேச்செல்லாம் பேசாதேயேன், அலர்ஜியாயிருக்குது."

முகம் சுளித்தவளின் கண்களில் அருளில்லை.

"நீ இந்த அறையிலேயே அடைஞ்சு கிடக்கறது ஆரோக்கியமில்லம்மா. அனுபவ்வும் பாதி நேரம் உன்னோட ஒட்டியே இருக்கறான். எங்க போலாம் சொல்லு?"

"நீ ஓடி உழைச்சு உயர்ந்துட்டேல்ல வினெய்? ஆனா, என் உலகம் ரொம்ப சுருங்கிடுச்சு, இந்தச் சுவருக்குள்ளேன்னு. எனக்கு இனி யாரும் வேணாம். ஏன்... நீகூடத் தேவையில்ல."

வார்த்தைகள் தடுமாறவில்லை, அவள் பார்வையே குழறியது!

"முன்னே... ஃபேஷன் ஷோவின் 'ராம்ப்'பில் நீ நடந்தபோது கைத்தட்டல் அதிர்ந்தது. பொண்ணுங்க விட்ட வெப்ப மூச்செல்லாம் சேர்ந்து, அதில் நீ கரையாதது ஆச்சர்யம்! அத்தனை பேரும் ஏங்கின உன்னை, நான் பிடுங்கி எடுத்துகிட்டேன்.

ஆனா, இனி நீகூட வேணாம் எனக்கு. இதுபோதும், இப்படியே சமாளிச்சுடுவேன்.”

“ரொம்ப மெலிஞ்சுட்ட ரவீணா.”

“அதற்காகத்தான் ஆரம்பிச்சேன். இப்போ எலும்பும் தோலுமாய் தெரியறேனோ? நீ என் அழகையும் எடுத்துகிட்ட வினய். நீ ஸ்மார்ட்டாகிட்டே போற... நான் ஸ்கெலிட்டன் போல... ம்ம்?”

“குண்டோ ஒல்லியோ, எப்படியிருந்தாலும் என் மனைவி நீதான்.”

“இப்போதும் பெண்கள் உன்னைச் சுற்றி வருவாங்க. உன் பார்வையில் கரைவாங்க. நீ தொடமாட்டியான்னு ஏங்குவாங்கல்ல? அதையெல்லாம் என்னால பார்க்க முடியாது வினய்.”

குரலிலிருந்த கண்ணீர், ரவீணாவின் விழிகளில் இல்லை. அவை வெறுமையாய் கிடந்தன.

* * * * *

ஆனால், கசந்த நினைவுகளில் தன் கண்கள் கலங்கியிருந்ததை வினய் உணர்ந்தது, நண்பன் தன் தோளை சற்று பலமாகவே தட்டிய பிறகுதான்.

“என்னப்பா... என்ன யோசனை?”

“ஒண்ணுமில்ல சந்துரு.”

எதிர்ப் பக்கமிருந்த லீனா சீண்டலாய் இடையே புகுந்தாள்.

“மட்டன் லால் அத்தனை காரமாகவா இருக்குது வினய்? பார்க்க சிவப்பென்றாலும் சரியான காரம்தான், இப்படி உங்க கண்ணே கலங்கிடுச்சு.”

பிறகு பேச்சு சரளமானது என்றாலும், வைபவிக்கு எதிரேயிருந்தவனின் கலங்கிய கண்களை மறக்க முடியவில்லை.

இவ்வளவு கம்பீரமானவருக்குள் என்ன கலக்கம்?

                    மறுபடி மழையென

தம்பதியரின் நடுவே பிரச்சனை என்று யூகிக்க முடிகிறது. தாம்பத்தியத்தில் அது சகஜம்தானே?

இன்னும் என்ன பிரச்சனை? அதுவும் இத்தனை அம்சமான மகன் இருக்கும்போது...? மனம் வலிக்க யோசித்தாள்.

அவர்கள் அந்தரங்கத்துள் தனக்கென்ன வேலை என்ற தனி வலியும் சேர்த்து தெறித்தது.

"அடுத்த அறையில் 'Foosbaal' மேஜை பார்த்தேன் ஆடலாமா?" சந்துரு எழும்ப,

"அதென்ன அங்கிள்?" துடிப்பாய் தானும் எழும்பினான் அனுபவ்.

"ஃபுட் பால் ரூல்ஸின்படி மேஜையில் நெடுக போட்டிருக்கும் கம்பிகளைத் திருகி ஆடணும், வாயேன்."

அடுத்த நிமிடம் சின்னவன், தன் தகப்பனையும் இழுத்துக்கொண்டு மாயமானான்.

தனிமை வாய்த்த இரு பெண்களும் ஒருவரை மற்றவர்கள் பார்த்துச் சிரித்துக்கொண்டார்கள்.

"தாங்க்ஸ் லீனா, நீங்கதான் என்னையும் இங்கே கூட்டிவரும் யோசனையைச் சொன்னீங்க போல. ரொம்ப அற்புதமான மாற்றம் எனக்கிது. இப்படியொரு பக்கம் இருப்பதே தெரியாத வறண்ட வாழ்வு என்னது."

"திறமையான ஓவியர் இப்படிப் பேசலாமா?"

"ஸாரி, தப்புதான். இருப்பதை மறந்து இல்லாததற்கு எம்ப கூடாதுதான்."

"யாருக்கும் வாழ்வு சதா முழுமையாய் இராது வைபா. சோடியம் தண்ணீருடன் சேர்ந்தாலும் நெருப்பைக் கிளப்புமாம். அப்படி ஒரு பெண் வினய்க்கு மனைவியாய் வாய்த்தது பாவம் அவர் துரதிர்ஷ்டம்."

"ஓ... அவங்க பெயர்?"

"ரவீணா... எத்தனை பிடிவாதமாய் துரத்தி வினய்யை கல்யாணம் செய்தாங்களோ, அதே தீவிரத்தில் விவாகரத்தும் கேட்டு வாங்கினதாய் கேள்வி. சந்துரு ஒரளவு எனக்குத் தந்த தகவலின்படி."

"ஓ..." வைபவியின் குவிந்த உதடுகளிலிருந்து சத்தம் எழும்பவில்லை. ஆனால், கண்கள் திகைத்து கிடந்தன.

"ஒரு இதயத்தில் ஏறி உதைத்து யாரும் மேலேறிட முடியுமா? உதைச்ச பெண்ணும் உயரலை, உதைபட்டவருக்கும் வேதனை."

அதை மனக்கண்ணில் காட்சியாக்கினவளுக்கும் வலித்தது.

"ஆக, வினய் டிவோர்ஸியா?"

"அதை அவர் வெளிப்படுத்தறதில்லை. அடுத்த திருமணப் பந்தம் நேர்ந்திடுமோன்ற பயம்னு தோணுது. இந்த விவரமறியாத பெண்கள் சற்று எட்டியே நிற்பாங்க இல்லையா?"

அப்படிப்பட்டவரா தனக்கு இத்தனை சலுகைகளைத் தந்தார்?

"வினய்க்கு மிருதுவான குணம், ரசனையானவரும்கூட. அது அவர் கட்டிய வீடுகளில், உள்ளமைப்புகளில் தெரிய, கவனித்த ரவீணாவின் தங்கை மதனாவின் மாமனார், இவரைத் தன் தொழிலுக்கு இழுத்துக்கிட்டார்."

"அதாவது அது...?"

"மிஸ்ரா அங்கிள்தான். இப்போது 'ஃபேன்ஸி ஃப்ரேம்ஸ்' இருக்கும் இடமும் அதைக் கட்டியதும் வினய்தான். திடீர்னு அவருக்கு ஓவியத்தின் மேலொரு ஈர்ப்பு" என்றவளின் பார்வையின் பளபளப்பு வைபவிக்குப் புரியவில்லை.

"வேலையில் புது மாற்றம் அவருக்குத் தேவைப்பட்டிருக்கும்."

"இருக்கலாம். ஆனால், அன்பான ஒரு அனுபவத்திருந்து வினய் மீளலை, மீள விரும்பலை. மறுபடி அந்தத் தன்னலமற்ற அரவணைப்பு தனக்குக் கிடைக்கும் என்ற நம்பிக்கை அவருக்கு... காத்திருக்கார்."

புரியாவிட்டாலும் குறுக்கிடாமல் கேட்டிருந்தாள் வைபவி.

                                        மறுபடி மழையென

"இவர் பிரச்சனைகளில் சோர்ந்துபோன வினய்யின் அம்மாவும் தவறின பிறகு, அவருக்கு சகலமும் அனுபவ்தான். இவர் மாமனார், மிஸ்ரா அங்கிள் எல்லாரும் கை கொடுப்பதால் சமாளிக்கறார். ஆனா, மறுமணம் பற்றி பேச்சே யாரும் எடுத்திட முடியாது. தான் தேடும் பெண் வந்தால் பார்க்கலாங்கறது போல சொல்வாராம் அப்பப்ப. ஆனா, இவர் காத்திருக்கும் பெண் யாரென்பது மர்மம்தான்."

"விநோதமாய்தான் தோணுது."

"இதேதான் நானும் சொன்னேன் வைபா. அதற்கு மாலத்தீவுகளின் மழைநீர்த் தொட்டி பற்றி ஒரு விவரம் சொல்வார்!"

இவர்களுக்குச் சூடான லைம் டீ வர, பருகியபடி பேச்சு தொடர்ந்தது. இப்படி ஒரு வாய்ப்புக்காகக் காத்திருந்த வைபவிக்கு, நாளெல்லாம் ஓடி உழைத்த அயர்வு மாயமாகியிருந்தது.

"அவர் அம்மாவிடம், சந்துருவிடம் சொன்ன அந்தத் தகவலை வினய், ஒரு சந்தர்ப்பத்தில் உன்னிடம்கூடச் சொல்லக் கூடும்!" சிரித்தாள் லீனா.

தன் எதிரே ஓடிசலான கைகளில் சிறு சைனா கோப்பையுடன் விழியயகல கேட்டிருந்தவள், ஒரு அழகிய சிலை போலத் தோன்ற, "உன் அழகு கூடிட்டே போகுது வைபா." - பாராட்டவும் செய்தாள்.

வெட்கத்துடன் முறுவலித்த முகத்தின் சௌந்தர்யம் கூட, "ஏதோ நீர்த் தொட்டி பற்றிச் சொன்னீங்க..." பேச்சை வைபவி மாற்றினாள்.

"ஏதோ எல்லாமில்லை, மாலத்தீவின் பழக்கமாம்."

"இந்தியாவின் தெற்கேயுள்ள தீவுகள் இல்லையா?"

"ம்ம்... எங்கே கிணறு தோண்டினாலும் அங்கு உப்பு நீர்தான் ஊறுமாம். ஆக, குடிநீருக்காய் ஒவ்வொரு வீட்டின் மாடியிலும் நீர்த் தொட்டி கட்டியிருக்க, அது மழை நீரால் நிரம்பிடுமாம். அதுதான் குடிக்க, சமைக்க எல்லாம்."

"விசித்திரம்தான்."

"ஆனா, உண்மை!"

"மழை பெய்யாவிட்டால்...?"

"அப்படி ஒரு இக்கட்டு நேர்ந்ததேயில்லைன்றாங்களாம் அத்தீவு வாசிகள்! மூன்று அல்லது நாலு நாள்களுக்கு ஒரு தரம் நல்ல மழை நிச்சயமாம்!"

"கடவுளின் கருணைன்னுதான் தோணுது லீனா."

"தனக்கும் அந்தக் கருணை கிடைக்கும்ன்னு வினய் நம்பறார். ஷ்... வைபா, உடனே திரும்பாதே. நமக்கு வலப்புறம் மூணாவது மேஜையில் உட்கார்ந்திருக்கும் ஜோடி, உன்னை இதுவரை முப்பது தரமேனும் பார்த்துட்டாங்க. அந்தப் பொண்ணு முகத்தில் காட்டம். அந்தப் பையனிடம் நிறைய ஆர்வம். உனக்குத் தெரிஞ்சவங்களா?"

சற்று மாறி உட்கார்ந்த வைபவிக்கு அந்தப் பெண் தெரிந்தாள். ஆனால், பரிச்சயமற்ற முகம்.

ஒரு நொடி இவளது பார்வையை உரசிய எதிர் கண்களில் ஏனத்தனை காட்டம்?

அருகேயிருந்த ஆணின் முகம், மங்கிய வெளிச்சத்தில் தெளிவாயில்லை.

தன் ஆடம்பரத் தோற்றம் அவளுக்கு எரிச்சலாயிருந்ததோ?

"நான் இந்தக் கம்மலையேனும் கழட்டியிருக்கணும் லீனா."

"அதற்காகத்தான் இந்த முறைப்புன்னு முடிவுபண்ணிட்டியா?" லீனா சிரித்தாள்.

"அந்த ஆள் உன்னைப் பார்த்து ஆச்சர்யமானது போலிருந்தது. தன் மனைவி அல்லது காதலியிடம் ஏதோ விவரம் சொல்ல, அந்தம்மா முறைச்சுட்டாங்க. ஆளும் பம்மிட்டார்!"

"இத்தனை வசதியான ஃப்ரெண்ட்ஸ் எனக்கேதுங்க லீனா?" ஆனால், இவர்கள் எழும்பின சமயமே, அந்த ஜோடியும்

கிளம்பியதால், வெளியே பரவிய மின் பிரகாசத்தில் வைபவிக்கு அவனை அடையாளம் தெரிந்தது.

சில மாதங்களுக்கு முன்பு, தன் ஓவியத்தை நல்ல விலை தந்து வாங்கிய பரத்! மிகப் புகழ்ந்து தன் வீடு வரை வந்து சிநேகம் காட்டியவன்.

இவளது முகமலர்ச்சியில் சிறு முறுவலுடன் நெருங்கினான்.

"ஹலோ வைபவி."

"எதிர்பார்க்கலை பரத். அதுவும் இங்கே! சந்தோஷமாய் இருக்குது."

புது ஊரில் பரிச்சய முகம் கிளப்பிய மகிழ்வில் பளபளத்தது வைபவியின் முகம்.

"இது என் வைஃப் மது. போன மாசம் கல்யாணமாச்சு... ஸாரி, பலருக்கும் சொல்ல முடியல."

"வாழ்த்துகள்... உங்க தேனிலவுக்கு வந்துட்டேனே."

சங்கடம் கலந்த சிரிப்பு அவர்களிடையே.

"தேனிலவு எங்கப்பாவின் பரிசு" - கடுமையான ஆங்கிலத்தில் முகத்திலடித்தது போல சொன்னாள் புதுப்பெண்!

"நான் வேலை விஷயமாய் வந்தேன். ஆர்ட் - டீலர்ஸ் மீட்." வைபவி சொல்ல, லீனா கூடுதல் தகவல்களைச் சேர்த்தாள்.

"மூணு நாள் லேக் பேலஸில் பிரமாதமாய் நடந்தது."

புதுப்பெண் மதுவின் முகம் மேலும் சிறுத்தது.

"உன் ஹெல்த் எப்படியிருக்குது வைபவி? நல்லாயிருப்பதைப் பார்க்க நிம்மதியா இருக்கு. தேங்க் காட்."

"கடவுள் தயவில் எனக்கதில் எப்போதும் குறையில்லையே."

"இல்ல... உனக்கு டி.பி. என்பதால், அத்தனை மெலிஞ்சு இருந்ததாய் உன் ஆன்ட்டி சொன்னாங்க. இப்போ உதய்பூர் ராணி போலிருக்கே."

"எனக்குத் தலைவலி" என்றபடி அவன் மனைவி பரத்தை இழுத்துக்கொண்டு நகர, வைபவி திக்கித்து நின்றாள். அனுபவ் வந்து அவளை இழுத்து நகர்த்தும் வரை!

எஞ்சிய ஒரே உறவு தான் என்றான பிறகும் ஏன் கோகிலா சித்தி இப்படி வேண்டாத நாடகமெல்லாம் ஆட வேணும்? பிரியம் காட்டிய இளைஞனை எட்டி நிறுத்த இப்படியொரு பொய்யா... எப்படி மனம் வந்தது?

'பல்லைக் கழற்றாத பாம்பு

தோலைக் கழற்றி என்ன?

வாலைக் கழற்றி என்ன?'

சித்ரா அத்தை சொல்லும் வழக்கமான பதில் இப்போது காதில் கேட்பது போலாக, பெருமூச்சுடன் சிறு புன்னகை ஒன்று வைபவியின் முகத்தில் கீற்றுவிட்டது - அதில் கிளிப்பிள்ளை என்றாலும் கசப்புமில்லை.

—◦—

  மறுபடி மழையென

அத்தியாயம் 22

ரணக்பூர்...

உதய்பூரிலிருந்து நூறு மைல் அப்பாலிருந்த அந்தப் பளிங்கு சமண ஆலயத்தைக் காண அத்தனை ஆவலாயிருந்தாள் வைபவி.

1496 ம் ஆண்டு கட்டப்பட்டது...

அதனுள் ஐநூறு வருட மரம் உண்டு...

2,785 பேரின் ஐம்பது வருட உழைப்பின் பலன்...

பிரமாண்டமான 1444 தூண்கள் ஒவ்வொன்றும் வித்தியாசமான செதுக்கலில் என்ற விவரங்களை கூகுளில் தேடி அறிந்தவளுக்குள் ஆர்வம் கொப்பளித்தது.

கடவுளை நெருங்க மனிதன் கலையைப் பயன்படுத்திலிருந்தது புரிந்தது. படைப்பாளி, படைத்தவருடன் ஒன்றிப்போவதில் என்ன ஆச்சரியம்?

ஆனாலும் அரணாய் குன்றுகள் சூழ்ந்த அமைப்பின் நடுவே, மூன்றடுக்கு உயரத்தில் அப்பளிங்கு பிரமாண்டத்தைப் பார்த்ததும் சிலிர்த்தது.

'மதியத்திற்கு மேல் ஜெயின்ஸ் மட்டுமே இங்கே வரலாம்' என்று சஞ்சித் இவர்களை அதிகாலையே கிளப்பியிருந்தான். அவனுடன் எடுபிடிக்கென வந்திருந்த சேகருமாய், சிறு வேனில் லீனா குடும்பத்துடன் வைபவியும் அனுபவ்வும்.

'காந்திஜியின் அஹிம்சை கொள்கைக்கு காரணம் என்னன்னு தெரியுமா? அவரின் அம்மா ஜெயின் என்பதால்தான். உள்ளே இருக்கும் மூலவர், ஆதிநாத்...' என்று ஒருவருக்கொருவர் தகவல்களை அள்ளித் தெளித்தபடி, பொரிந்த மணலில் நடந்து

ஆலயத்துள் நுழைந்ததும், அவர்களை குளுமை சூழ்ந்தது. பயணிகள் சிலர் சுற்றி வந்தாலும் அமைதிக்குக் குறைவில்லை.

செருப்புகளுடன் இவர்களது தோள்பைகளையும் வெளியே விட்டுவிட வேண்டியிருந்தது.

புன்னகையுடன் அதற்கான டோக்கனை இவர்களுக்குத் தந்த பெரியவர்,

"நுழைய கட்டணமெல்லாமில்லை, காமராக்கு மட்டும் நூறு ரூபா" தெரிவித்தார்.

விழியெல்லாம்வியப்புடன்அண்ணாந்துபார்த்தவைபவியிடம், "பெரிய ஆலயம். நாலுபுறம் வாசலுண்டு. 29 ஹாலும், 80 கூப்புகளுடனே அமைப்பு. எங்கேயும் பகலில் மின்விளக்கு தேவைப்படாது" தகவலும் தந்தார்.

"அற்புதமாயிருக்குது" என்றாள் இவள் குவிந்த கைகளுடன்.

சற்று பெரிய ஓவியத்தை உருவாக்க, சில வாரங்களாய் உழைத்தவளுக்கு, இந்தப் பிரமாண்டம் திகைப்புதான்!

அதிலும் நுணுக்கத்திற்கு குறையேயில்லை. நகைகளைகூட இயந்திரத்தின் மூலம் வடிக்கும் இக்காலத்தில், திரண்ட தூண்களை, அதன் செதுக்கல்களை வருடியவளுக்குள் உணர்வுப் பெருக்கு.

அத்தனையையும் கைவேலை!

பளிங்கை வருடி, குடைந்து, அந்தத் துகள்களில் சேரும் பொடியை ஊதிவிட்டபடி அங்குலம் அங்குலமாய் உருவான சிற்ப சிங்காரம்!

ஒரே அளவான உயரமும் பருமனும் என்பதைத் தவிர, ஆயிரக்கணக்கான தூண்கள் வெவ்வேறு அலங்காரத்தில் மயக்கின.

தாய்மார் தங்கள் பிள்ளைகளை ஆசையோடு தயார்படுத்துவது போல சிற்பிகள் ரசித்து வேலை பார்த்திருப்பார்கள்!

ஆர்வமாய் படமெடுத்துக்கொண்டாலும், இரண்டு மணி நேரத்தில் சிறு பகுதியைக்கூட ரசித்துத் தீராது என்பது புரிந்தவள்,

                    மறுபடி மழையென

மையத்தில் கிளை பரப்பிய முதிர்ந்த மரத்தின் நிழலில் அமர்ந்தாள்.

சில நூற்றாண்டுகளாய் அந்த ஆலயத்தில் ஊற்றப்பட்ட பிரார்த்தனைகளில் ஊறிய அமைதி அலாதியாய் இனித்தது. அதில் நிச்சலனமானவன் அசைவின்றி இருந்தாள்.

இழுப்புகள் பல கொண்ட வாழ்வுதான் அவளது. ஆனாலும் இறைவனின் நடத்துதலை உணரமுடிந்தது. நன்றியில் தோய்ந்து பிறகு விழிகளைத் திறந்தபோது, பத்தடி தொலைவில் தன்னைப் பார்த்தபடி இருந்த கண்களில் தடுமாறினாள்.

சாமியார் போலிருந்தார் அவர். தாராளமாய் பெருகிய முக ரோமத்தின் ஊடாய் தெளிவான கண்கள், கருணையும் தீர்க்கமுமாய்.

"நன்றிதானா? வேண்டுதல் ஏதுமில்லையா?" நயமான ஆங்கிலத்தில் சாது கேட்டார்!

அயர்ந்து நின்றவளுக்குப் பதில் தோன்றவில்லை.

"நமக்கான வேண்டுதலை ஒரு பட்டியலாக்கி கடவுளிடம் நீட்டும்போது, நம் முகம் இறுகிடும். அவர் மேல் நம்பிக்கையும் நன்றியும் மட்டுமாய் நின்றால் இளகி, மலரும் - நீ அப்படி இருந்தாய்."

"நீங்க...?"

அக்கேள்வியை முறித்துவிட்டு, எதிர் கேள்வி கேட்டார்.

"யாருக்கோ உடம்பு சரியில்ல... இல்லையா?"

பயின்ற மந்திரம் போல இவள் வாய் தானாய் பேசியது -

"என் அத்தை கணவருக்கு விபத்தில் நரம்பு பாதிப்பு. மூணு வருஷம் மேலாய் கஷ்டப்படறாங்க."

விவரமேதும் கேட்காதவர், தன் வலது கையை உயர்த்த, வைபவி அவரை இயல்பாய் நெருங்கினாள்.

உச்சியில் பட்ட அவரின் ஸ்பரிசம் இவளுள் ஊற்றிய உணர்வு, அதுவரை அனுபவியாத அமிர்தம்.

கண்ணீரென பேசியவரின் குரல், இப்போது மிருதுவாகியிருந்தது.

"மன்னிப்புதான் மருந்து - உனக்கும் பிறருக்கும்! ஏக்கம், துக்கமெல்லாம் விட்ட வாழ்வு சீராகும்... சிறப்பாகும்."

'உட்கார்ந்திரு' என்பது போல சைகை செய்துவிட்டு நடந்துபோனவரை பிரமிப்புடன் பார்த்திருந்தார்.

அமர்ந்து கண் மூட, அவர் சொன்னதன் பொருள் சுலபமாகவே புரிந்தது அவளுக்கு.

வாழ்நாளில் அதுவரை சேர்த்து சுமந்திருந்த பாரங்களை நழுவவிட்டு வைபவி எழுந்தபோது, 108 கிலோ கனமுள்ள கோயில் மணி கண்ணீரென ஒலித்தது!

* * * * *

அதுவரை ராஜஸ்தானில் எடுத்த படங்களை மறுபடி பார்த்திருந்தாள் வைபவி. இவற்றில் சிலதையேனும், பார்த்த அந்நேரம் தன்னுள் முகிழிட்ட உணர்வுகளில் கலந்து ஓவியங்களாக்கி விடவேணும் என்று மனம் பரபரத்தது.

சில நாள்களாய் தூரிகையைத் தொடாத விரல்களிலும் நமநமப்பு.

நவீன ஓவிய உலகின் தந்தை பிகாசோ சொன்னது சற்று கூடுதலாய் இன்று புரிந்தது.

'ஒரு பொருளை பார்த்தது போல வரையாமல், உணர்வதைப் போல உருவாக்கு.'

நல்லவேளை தான் லீனாவிற்காய் திட்டிக்கொண்டிருந்த படத்தை பூர்த்திசெய்யவில்லை என்றும்கூட ஒரு திருப்தி இனி கைவைக்கும்போது அதில் ஒரு புது பரிமாணம் நிச்சயம்.

காரில் மறுபடி உதய்பூர் திரும்பும்போதும், மனதில் தளும்பிய நிறைவினால் வைபவி பேசவில்லை. ஆனாலும், சுற்றிலும் மற்றவர்கள் சொன்ன தகவல்களைக் கேட்டு அசை போட்டது மனம்.

'நாம் ரணக்பூர் டெம்பிளில் பார்த்தது ரொம்ப கொஞ்சம் மேடம். சுரங்கப் பாதை உண்டு. 84 பாதாள ரூம்ஸ் இருக்காம், சமண சிலையெல்லாம் ஒளிச்சி வைக்க!'

                                                   மறுபடி மழையென

'எதுக்கு ஒளிக்கணும், அங்கிள் எல்லாம் அழகாத்தானே இருந்திருக்கும்?'

'சண்ட... ஆங் வார் நடக்குமே. அப்போ வரும் மொகல்ஸிட்டே இருந்து காப்பாத்ததான்.'

ஆக்ரோஷமும் பேராசையுமான அக்காலத்தை பரிதவிப்புடன் திரும்பிப் பார்த்தபோது வலித்தது. அவையற்ற நிம்மதியின் பேரழகை ஏன் மனிதர்கள் வசப்படுத்தி வளப்படவில்லை?

சாதுவின் சந்திப்பும் மற்ற சம்பாஷணைகளுமாய் அவளைப் போர்த்தியிருந்த மோனத்தை, அந்த மெல்லிய முணுமுணுப்பு கலைத்தது.

மெலிதான மழை!

அதற்கு மரியாதை செய்வதுபோல எழுந்து தன் அறையின் ஜன்னலோரம் போய் நின்றாள் வைபவி.

சன்னமாய் பொழிந்த துளிகளை, சிலிர்ப்பாய் ஏற்றுக்கொண்டிருந்தது ஏரி நீர்.

சலனமற்ற மனமும், இப்படியான சின்ன சுவாரஸ்யங்களும்தான் வாழ்வை சிறப்பாக்குபவை.

வாழ்வு சிறியதும் அல்லவா?

மழையின் சத்தம் கூடி, அவளுக்கு வேறொரு ஞாபகத்தைத் தந்தது.

இரண்டு நாள்களுக்கு முன்னேதானே, வினய் தன் ஏற்காடு பயணம் பற்றி கேட்டார்...?

அதைத் தொடர்ந்த அந்த மழை நேர இரவின் ஞாபகங்கள் மறுபடி அவளுள் மிதந்து மேலேறின.

அந்த ஏற்காடு பயணம்கூட இப்படி எதிர்பாராமல் அமைந்ததுதானே... கல்லூரித் தோழி ருத்ராவின் தயவால் வந்த வாய்ப்பு.

இப்போது அவள் சிங்கப்பூர் பள்ளியொன்றில் ஆசிரியை.

வேலைப் பளு சிநேகிதிகளை முடிந்தளவு விலக்கி வைத்திருந்தது.

மூன்று வருடங்களுக்கு முன் இவளை போனில் அழைத்த ருத்ரா -

'மாவட்ட அளவில் ஓவியப் போட்டி ஏற்பாடு பண்ணியிருக்கோம் வைபவி. எங்க ஸ்கூலில் ஜட்ஸ் பண்ண வர முடியுமா?' கேட்டாள்.

'நானா?'

'பிரமாதமான ஸ்கூல் - உன்னைப் பற்றி சொல்லி, என் மொபைலில் இருந்த உன் பெயின்டிங்ஸ் சிலது காட்டி, சம்மதம் வாங்கிட்டேன். நீ டாக்ஸியில் கூட வா வைபவி. செலவை ஏற்றுக்கிடுவாங்க. நூற்றுக்கணக்கான மாணவர்களின் திறமையைப் பார்க்க ஒரு வாய்ப்பு. என்னோட தங்கிக்கலாம். ரெண்டே நாள் - ஸே யெஸ்.''

இவள் சரி என்றதைவிட, கோகிலா சித்தி அரைகுறையாய் தலையசைத்து சம்மதம் தந்ததுதான் ஆச்சரியம்! கிடைத்த வாய்ப்பை நழுவவிடாமல் இவள் கிளம்ப, 30 பள்ளிகள் கலந்துகொண்ட ஓவியப் போட்டி வெகு சுவாரஸ்யம்தான். தன்னுடன் சிறந்த படைப்புகளைத் தேர்ந்தெடுக்க நியமிக்கப்பட்டிருந்த உள்ளூர் டாக்டரின் மனைவி, இவளுடன் சுலபமாய் பேசி பழக, இரு நாள்களும் பறந்தன. இரண்டாம் நாள் பின் மாலை ஏற்காட்டிலிருந்து இறங்க ஆரம்பித்தது பேய் மழையில்.

பள்ளியே ஏற்பாடு செய்து உதவிய வாகனம்... ஆனாலும் மலைப் பிரதேசத்து கடும் மழை அச்சுறுத்தியது. அதைக் கிழித்து விடுவதுபோல சீறிய காற்று, சரிவில் நின்ற மரங்களை உலுக்கி எடுத்தது. வெகு மங்கலாய் தெரிந்த சாலையில் இவர்களது வாகனம் வளைந்து நகர்ந்தபோது, சரிந்து கிடந்த மற்ற காரை கவனித்தார்கள்.

'ஐயோ... ஏதோ ஆக்ஸிடென்ட்...'

'நிறைய ஏர்-பின் பெண்டுங்க - நிதானமில்லாட்டி இந்தக் கதிதான்...'

                                மறுபடி மழையென

'நிறுத்தாம போறீங்கண்ணா.'

'சேலம் பஸ் ஸ்டாண்டுல உங்களுக்கு எட்டு மணிக்கு பஸ்...'

'காருக்குள் யாரும் இருந்தால்...? ப்ளீஸ் பார்த்துடலாம்ண்ணா.'

'அதெல்லாம் பிரச்சனையாவும்மா.'

அதற்குள் இவள் கார் கதவைத் திறக்க, வேறு வழியின்றி வாகனம் ஓரங்கட்டியது. பயந்து போல ஒருவன் வெளியே சரிவில் கிடந்தான். மழையில் சில்லிட்ட உடலில் உயிர் இருந்தது. ஆக பதைப்புடன் 'ப்ளீஸ்... ஒரு கை பிடிங்கண்ணா' என்று காரில் ஏற்றியது.

'தலையில் அடிபட்டு... ரத்தம் கசியுது. உயரே வைக்கணும். என் மடியிலே வச்சுக்கறேன்' என்று அந்தத் தொய்ந்த தலையை தன் மார்போடு அணைத்த அந்த இரவு...

பிழைக்க வேண்டுமே என்ற பரிதவிப்புடன் அவன் ஈரத் தலையைப் பெட்டியிலிருந்து உருவிய தன் துப்பட்டாவால் துடைத்து, முடியைக் கோதி நீவியபட நேர்ந்த அந்தப் பயணம்...

'டாக்டர் வைஃப் எனக்குத் தெரியும். அவங்க நம்பர் எங்கிட்ட இருக்குது காரைத் திருப்புங்கண்ணா. அங்கே இவரைவிட்டுட்டு, நாம சேலம் கிளம்பிடலாம்.'

உன்னிப்பாய் யோசித்து நினைவுகளைக் கோர்த்தவளை வெளியே கேட்ட அந்தக் குரலும் பெயரும் சுண்டி இழுத்தன.

"குர்வம்மா... கோச்சுக்காத- அதான் ரெண்டு நாளுல ஆடு வந்திருவேன்ல... ட்ரேய்னுல ஏறி ஓடியே வந்துடுவேன்லடி குர்வம்மா..."

அறைக்கு வெளியே எட்டிப் பார்த்தாள். ஒரு கையில் சிகரெட்டும் மற்றதில் மொபைலுமாய் பேசியது, சஞ்சித்துடனிருந்த எடுபிடி சேகர்... அதாவது, வினய்யின் ஆள்!

ஒரு மாதத்திற்கு முன் தன்னை மிரட்டிய குரலின் பின்னணியில் மறுபடி மிரண்டு நின்றாள் வைபவி.

—◦◦◦—

அத்தியாயம் 23

ஒரு புலியின் தோரணையில் தன் எதிரே நின்றவளைக் கண்டதுமே சஞ்சித் பம்மிவிட்டான்!

ஒவ்வொரு அடியாய் புலி முன்னேற, இரையாகக் கூடிய ஆடு பம்மி பின்னடைவது போலொரு நிலை அவனுக்கு. அப்பயத்தைக் கண்டவளுக்குத் தன் சந்தேகம் ஊர்ஜிதப்பட்டது.

அல்லது 'என்ன கேம் - என்னாச்சு?' என்று இயல்பாய் கேட்டிருப்பானே...

மடியின் கனம் இங்கு அப்பட்டமாய் தெரிந்தது! கணக்கற்ற கேள்வி அம்புகள் இவளுக்குள் தயாராய் இருந்தன.

ஏனிந்த நாடகம்?

இரு அபலைப் பெண்களை மிரட்டி என்ன லாபம்? ஆனால், அதையெல்லாம் எதிர்நோக்க வேண்டியது ஊழியனான ட்ரைவர், சஞ்சித் இல்லை.

எய்தவன் வேறு...

ஆக இவனை நோகடிப்பானேன்?

ஆனாலும் விட முடியவில்லை -

"உன்கூட வந்த ஆள், நேற்று பேசினதை கேட்டேன் சஞ்சித்."

"ஷேகர் மேம்..."

"அவர் வைஃப் பேர் குர்வம்மா என்பது மட்டும்தான் எனக்குத் தெரியும். குடிச்சதும் அந்தம்மாட்டதான் போன் போட்டு குழறுவான் போல? போன மாசம் கடற்கரை பக்கமிருந்த என் வீட்டுக்கு வந்தபோதும் இதே பெயர்... பேச்சு."

"உங்க ஸூட்கேஸ் எடுக்க வந்தேன் மேம்..." விமான நிலையத்திற்கான கார் பயணத்தை கண்களை மூடியபடி கடந்தாள்.

"என்ன வைபா... நேற்றிரவு தூங்கலையா சரியாய்?" லீனா கேட்க,

"அப்படித்தான் போல... லேசாய் தலைவலி" முணங்கினாள்.

"சில நாளாய் பெயின்ட் பண்ணாத ஏக்கமாய் கூட இருக்கலாம் வைபா" சிநேக சீண்டலுடன் லீனா பேசினாள்.

"வீடு போனதுமே உங்க வீட்டிற்கான ஓவியத்தை பூர்த்தி பண்றதுதான் என் வேலை மேம்."

மறுபடி 'மேம்' பயன்பட்டதை கவனித்தாலும், லீனா பேச்சை உற்சாகமாய் தொடர்ந்தாள்.

"அதை எங்க ஹாலில் மாட்டும்போது ஒரு பார்ட்டி ஏற்பாடு செய்திடுவேன் வைபா. நீதான் அதில் பிரதான அல்லது ஒரே விருந்தாளி..."

கண்களை விரியவைத்து புன்னகைப்பது வைபவிக்கு சிரமாய் இருந்தது. தலையில் நிஜமாகவே வலி! இவர்கள் எல்லாருமே கபட நாடகத்தில் வேஷமிட்டவர்கள் என்பது தெரிந்த பின் தானும் நடிக்கவேண்டிய நிர்பந்தம்!

லக்கேஜுடன் ஆண்கள் சற்று முன்னதாகவே விமான நிலையம் போயிருந்தார்கள். அங்கும் வேலை சம்பந்தமான பேச்சுவார்த்தைகள் போலும். சஞ்சித் தகவலை பகிர்ந்திருக்க வேண்டும். வந்த வேலை கச்சிதமாய் முடிந்த சுவடே அற்ற இறுக்கத்துடன் விமானம் ஏறினார்கள் அனைவரும்.

மறுபடி ஜன்னலோர இருக்கை கிடைத்தது.

ஆனால், மகிழ்வு தொலைந்து போயிருந்தது.

விமானம் வானில் எம்ப, முதலில் சற்று விரிவாய் தெரிந்த உதய்பூர் - சிறுத்து, புள்ளியாகி மறையும் வரை வெறித்தபடி இருந்தவள், பிறகு தெரிந்த மேக குவியலில் மூழ்கவில்லை. மூடிய விழிகளுக்குள் நூறு யோசனைகள்... நினைவுகள்.

முன்புசந்துரு-லீனாவரகாத்திருந்தசமயம். காத்திருப்பின்சோர்வு பற்றி வினய் குறிப்பிட்டார்தான். ஆக, தான் ஏற்காட்டிலிருந்து திரும்பும் வழியில் காப்பாற்றியது இவரையா?

தூக்கியெடுத்து, மருத்துவரிடம் சேர்த்ததற்காய் நன்றி சொல்ல காத்திருந்தாரா?

அப்படியானால் அது நேரடியாய், நெகிழ்வாய் சொல்லப்பட வேண்டிய விவரம் - ஏனித்தனை ரகசியம்?

தவிர, அடிபட்டு நனைந்து விறைத்து கண் மூடியிருந்தவருக்கு தன்னை எப்படி அடையாளம் தெரிந்தது?

அழுந்த நினைவுகளைப் புரட்டினாள்.

* * * * *

லாவகமாய் பாதி முகத்தை மெழுகியிருந்த ரத்தத்தைத்துடைத்த டாக்டர் பேசியபடியே இருந்தார்.

'என் வைஃப் சொன்னதால், க்ளினிக்கில் தயாராய் இருந்தேன்ம்மா. இல்லைன்னா இந்த மழைக்கு வீட்டுக்குக் கிளம்பியிருப்பேன். ஃபேஷன்ட்ஸ் இந்த மழையில் வர முடியாதே.'

தொய்ந்து கிடந்தவனின் முகத்தை சில முறை தட்டியவர்,

'பல்ஸ் இஸ் ஓகே. ஆனா, எத்தனை நேரமாய் அடிபட்டு கிடந்தாரோ இன்னும் நேரமாயிருந்தால் உயிருக்கு ஆபத்துதான்.'

'அப்படியெல்லாம் கடவுள் கை விடமாட்டார் டாக்டர்... சின்ன வயசாய் தோணுது.'

'பிறந்த குழந்தை போறதைப் பார்க்கறோமேம்மா. ஆனால், இவர் ஆயுள் கெட்டிதான். பர்ஸ், போன், வாட்ச் முதற்கொண்டு காணோம்.'

'பாவத்துக்கு அஞ்சாத திருட்டு பயலுக. இவுங்கள விட்டுட்டு திரும்பறச்ச, காருல வேறெதும் பொருளு இருந்தா கொண்டு வரேன் டாக்டர். காரையும் செட் ரைட் பண்ணனுமில்ல?'

                    மறுபடி மழையென

ஒரு உயிரைக் காப்பாற்றிய ஜோரில் தன் அடுத்த உதவிகளைப் பட்டியலிட ஆரம்பித்திருந்தான் டாக்ஸி ட்ரைவர்.

'லோக்கல் போலிஸ் நமக்கு வேண்டப்பட்டவங்க. தகவல் சொல்லிடலாம். உனக்கும் பிரச்சனை வராது.'

'தாங்க்ஸ் டாக்டரய்யா, நாம கிளம்பலாமாம்மா?'

'இல்ல... இவர் நினைவு மீண்டதும், எப்படி வீடு திரும்புவார்? கையில காசுகூட இல்லியே? இருக்கற காசை உங்களிடம் தர்றேன் டாக்டர்... இவரைப் பத்திரமாய்...'

'அம்னீஷியாவோடு எழுந்திருக்க மாட்டார்! மற்றதை நான் பார்த்துக்கறேம்மா. உங்க போன் நம்பர் என் வைஃப்பிடம் இருக்கே, பிறகென்ன - கெட் கோயிங்.'

நன்றி தெரிவித்து கிளம்பியவள், சேலம் பேருந்து நிலையத்தில் சித்திக்கு பஸ் ஏறிவிட்ட தகவலைச் சொல்ல தன் மொபைலைத் தேடினபோதுதான், அது எங்கேயோ எப்போதோ தவறிப்போயிருந்தது புரிந்தது.

ஆக, டாக்டரின் மனைவியை அழைத்து, கிடைத்த உதவிக்கு நன்றிகூடத் தெரிவிக்க முடியவில்லை.

நழுவிப்போன எண்களோடு, வாழ்வின் பிரச்சனைகளும் சேர, இந்த நினைவுகளும் சேர்ந்தே நழுவிப்போயின போலும்... ஆக, அடிபட்ட மனிதரின் நிலைமையை அறியமுடியவில்லை.

தன் மார்போடு அணைத்த அம்முகத்தில் தாடி இருந்ததாய் ஞாபகம்... ஆனால், அதை மழித்து விட்டிருக்கலாம். டாக்டருக்கும் மனைவிக்கும்கூட இந்நினைவுகள் மழுங்கி மங்கிவிட்டிருக்கும்.

விமானத்தில் இரு வரிசைகளுக்கு முன்னிருந்த வினய்யும் சந்துருவும் அமைதியாய் ஏதோ பேசுவது தெரிந்தது. இருவர் முகங்களிலும் தெளிவில்லை.

ஏதோ சரியில்லை...

தன்னுடன் பயணத்தின் ஆரம்பத்தில் சாதாரணமாய் பேச முயன்ற லீனாவிடமும் இப்போது சுரத்தில்லை. வழக்கமான

உற்சாகத்துடன் இருந்தது அனுபவ் மட்டும்தான். இரு பெண்களும் கண்களை மூடிக்கொண்டிருக்க, அவன் கையகலத் திரையில் சிறுவர்க்கான ஒரு திரைப்படத்தை ஓடவிட்டிருந்தான்.

பெட்டிகளுடன் சென்னை விமான நிலையத்தை விட்டு வெளியே வர, வைபவிக்கு நிச்சயப்பட்டிருந்தது.

ஏதோ விபரீதம்தான்.

இவர்களுக்காய் வந்த கார்களில் ஒன்றில் காத்திருந்த மிஸ்ராவை ஆச்சரியமாய் பார்த்தால் - அவர் முகத்தில் வரவேற்கும் புன்னகையில்லை. அவரையடுத்து நின்ற புது மனிதரின் முகம் இருளோடிக் கிடந்தது.

பெண்களை ஒரு வாகனத்தில் ஏற்றி அனுப்பிவிட்டு, அனுபவ் உட்பட ஆண்கள் மற்ற பெரிய காரில் ஏறிக் கிளம்பியது - ஒரு மௌன நாடகம்தான்.

"என்னாச்சு லீனா?"

'மேடம்' என்பதை மறந்து கேட்டாள்.

"முழு தகவலில்லை வைபா."

"மிரா ஸாரோடு வந்தது யார்?"

"அது ரவீணாவின் அப்பா... அதாவது, வினய்யின் முன்னாள் மாமனார்."

கேட்டவளின் உதடுகள் உலர்ந்தன.

"அவங்களுக்கு...?"

"தொழிலில் காலூன்றிய பிறகு ரவீணாவை கவனித்த வினய்க்கு பெரிய அதிர்ச்சிதான். இவர் சந்தேகம் சரின்னு ஊர்ஜிதப்படுத்தினார் அவங்க குடும்ப மருத்துவர். குழந்தை பெற்ற உடம்பு ஊதிடக் கூடாதுன்னு பசியை மழுங்கடிக்க, போதையேற்றிக் கொண்டாங்க போல ரவீணா. அந்த ட்ரக்ஸ் அவங்க ஆரோக்கியத்தை உருவி உருக்குலைச்சிருச்சு. கண்டுபிடிச்சு சிகிச்சையை ஆரம்பித்தாலும், அவங்க அறையில் எங்கேனும் போதை பொடிகள் ஒளிக்கப்பட்டிருக்குமாம். ஆக,

          மறுபடி மழையென

ரவீணாவை பெங்களூரின் மறுவாழ்வு மையத்திற்கு மாற்ற, அவங்கமூர்க்கமாகியிருக்காங்க. தற்கொலை செய்யப்போவதாய் மிரட்டியே விவாகரத்தும் வாங்கியிருக்காங்க."

"பாவம் அனுபவ்..."

"மூணு வருஷம் முன்னே பையனை ஹாஸ்டலில் சேர்க்க ரவீணா முயன்றபோதுதான் தம்பதிகளிடையே கடும் சண்டை. மது பழக்கமில்லாத வினய் குடிச்சு, கார் ஆக்ஸிடென்ட் ஆனது."

மூச்சும் விட மறந்தவள் போல விவரங்களை உள்வாங்கிக் கொண்டிருந்தாள் வைபவி.

"விபத்து எங்கே?"

"ம்ம்... ஏதோ மலைவாஸ்தலத்தில்தான். அங்கே ஹாஸ்டல் வசதியுள்ள சிறந்த பள்ளிகள் உண்டு. ஆனால், ஆறு வயசுப் பொடியனை அத்தனை சீக்கிரம் விடுதியில் சேர்ப்பதில்தான் வினய்க்கு சம்மதமில்லை. அதைத் தடுக்க முயன்று, வெறியும் வேதனையுமான சம்பவங்களைத் தொடர்ந்து, வினய் உடம்பு தேறவும் புதுக் கடையின் வேலையும் ஆரம்பமானது."

கயிறு இழுக்கும் போட்டி போல, தம்பதிகள் ஆளுக்கொரு பக்கம் நின்று, பிஞ்சு மகனை இழுத்த கற்பனைக் காட்சி இவளை உலுக்கியது.

"ரவீணாவின் அப்பா வெளியே வர்றதில்லை..."

லீனா பாதி தனக்குள்ளாகப் பேசிக்கொண்டாள். ஆக, முக்கியமாய் ஏதோ நடந்திருக்கிறது.

ரத்து செய்த திருமணத்தை புதுப்பித்துக்கொண்ட தம்பதிகள் பற்றியும் வைபவி கேள்விபட்டதுண்டு.

அதற்காகத்தான் இத்தனை அவசரமாய் வினய்யைத் தேடிவந்தார்களா?

இதயம் அறுந்துவிடும் போல உள்ளே கனத்தது. தான் என்றோ செய்த உதவிக்காய் தன்னை வினய் தேசிகன் போற்றத் துரத்துவதாயும், ஆனால் அதில் தனக்கு துளியும் விருப்பமில்லாதது போலவும், இதுவரை தான் கட்டிய

கற்பனை கோட்டை அதிகப்படியாய் பட்டது. அதை நெம்பித் தள்ளிவிட்டு, அனுபவிற்காகவேணும் தம்பதி இணைந்து வாழ இறைவனை வேண்டலானாள் வைபவி. இந்தத் திருப்பத்தில், தான் அப்படியே பூம்பொழில் போகவேண்டுமென்று போட்ட திட்டமெல்லாம் காணாமற் போனது.

சிநேகமும் சிரிப்புமாய் லீனாவுடன் கழிந்த சில நாள்கள் ஏற்கெனவே கனவு போல மங்கியிருந்தது.

அந்த மனநிலையில், காரிலிருந்து இறங்கிய வைபவியின் முகம் இருண்டது. வீட்டோரமாய் நின்ற பழைய காரின் நம்பர் ப்ளேட்டைப் பார்த்தவளுக்குள் பதற்றம்...

இது டேவிட் அங்கிளின் கார்.

மருத்துவமனையில் கூட்டமிருக்கும் இந்நேரம் டாக்டர் தன் வீட்டிற்கு வந்திருக்கிறார் என்றால், சித்தியின் உடல்நிலையில் ஏதோ கேடு!

காரிலிருந்த லீனாவிடம் விடை பெறுவது, அங்கிருந்த தன் பயணப் பெட்டியை இறக்குவது பற்றியெல்லாம் நினைவற்று, மாடிப்படிகளைத் தாவி ஏறி மூச்சிரைக்க தன் வீட்டை அடைந்தவள், அப்படியொரு காட்சி அங்கே தனக்குக் காத்திருக்கும் என்று துளியும் எதிர்பார்க்கவேயில்லை.

———◦◦———

     மறுபடி மழையென

அத்தியாயம் 24

'**மீ**தம் எவ்வளவு இருக்கிறது என்று தெரியாமலேயே நாம் செலவு செய்வது காலம்' -

இது சித்ரா அறிந்த உண்மைதான் என்றாலும், இன்று அது அவளை மிக பயமுறுத்தியது.

'போகும் வயதா அந்தப் பெண் மஞ்சரிக்கு?

தன்னைவிட சற்றே மூத்தவள். ஆனால், காலத்தே கல்யாணம் செய்ததால் கல்யாணத்திற்கு காத்திருக்கும் மகள், கல்லூரியில் படிக்கும் மகனென்று அம்சமான குடும்பம். அதில் எத்தனை சந்தோஷ எதிர்பார்ப்புகள் இருந்திருக்கும்?

அத்தனையையும் வந்த மஞ்சள்காமாலை நோய், மூட்டைக்கட்டி ஓரிரு வாரங்களிலேயே அள்ளிப் போயிருந்தது.

இதைவிட தன் துன்பம் தேவலைதான்.

பெரும்பாலும் படுக்கையில் கிடந்தாலும், பார்வையால், பேச்சால் தன்னைத் திடப்படுத்தும் கணவனுண்டு. இதுவரை தம்பதியாய் தவிர்த்த நெருக்கமெல்லாம் மறந்து, சிகாமணியைக் கட்டிக்கொண்டு நிதானமாய் அழ வேண்டும். பேசத் தயங்கியதெல்லாம் இனி பேசி தீர்ப்பது நல்லது.

'எனக்கு நம்ப பயியப் பார்க்கணுங்க' என்று கேட்க, வைபவியைத் தோப்பு வீட்டிற்கு வரவழைத்து கொஞ்சி சீராட்ட வேணும். கூடவே கோகிலா அண்ணியுந்தான் வரட்டுமே... அன்பு அத்தனையையும் சரியாக்கிவிடாதா? உறவுகளின் சலசலப்பற்று வாழ்க்கை இப்படியே தொடரக்கூடாது.

சலங்கை கட்டாத பொய்க்கால் குதிரை ஆட்டம் போல சப்பென்ற நாட்கள் இனி தொடர வேண்டாம்.

துஷ்டி வீட்டிலிருந்து போனதால், வீட்டின் பின்வாசல் வழியே புகுந்து குளித்தவள், சிகாமணிக்குப் பிடித்த ரோஸ்மில்க் நிறப் புடவையை உருவி உடுத்தினாள்.

சிறு கறுப்பு கரையிட்ட சேலை, வழுவழுவென்று அவளை வசமாய் சுற்றிக்கொண்டது.

பல நாட்களாய் பெயருக்கு வைத்த பொட்டு, இன்று பதக்கம் போல பளபளத்தது.

கண்ணாடியில் பளிச்சிட்ட பிம்பம் சந்தேகப்பட்டது.

இப்படி அவர் முன்னே போய் நின்றால் பார்ப்பாரா...? இயலாமையில் அவரின் கண்கள் வழக்கம் போல தரைக்கு கவிழுமோ?

கரிசனையான தழுவலும், ஆதுர முத்தங்களுமா முடியாமல் போகும்?

அவற்றைத் தான் தந்தால் போகிறது, என்ற முடிவுடன் சிகாமணியின் அறைக்குள் நுழைந்தவளின் முகம் மலர்ந்தது...

ஒத்த சிந்தனையில் காத்திருந்தவன் போல, இவளைக் கண்டதுமே கைகளை ஆசையாய் நீட்டினான்.

வெகுநேரம் தாய்க்காக காத்திருந்த கைக்குழந்தை போல!

ஓடி அவற்றுள் புகுந்தவளின் கண்கள் இயல்பாய் சொரிந்தன... படர்ந்த ஈரத்துடனே கணவனின் நெற்றியிலும் கன்னங்களிலும் மாறி மாறி முத்தமிட்டவளின் உடலும் புது ஆச்சரியத்தில் விம்மியது... அவன் கைகளா தன்னை இவ்வளவு இறுக்கமாய் கட்டியிருப்பது?

இத்தனை வலிமை அவற்றுக்கு எப்போது மீண்டது?!

'எப்படி?'- 'எப்போது?' என்ற கேள்விகளுக்கு அவசியமில்லை.

சித்ரா பக்கத்து தெருவிற்குத்தானே போய் திரும்பியிருந்தாள்!

இறுக்கிய அவனுக்குள்-

செல்லத் திமிறலோ, 'இதென்ன, இந்நேரம் லஜ்ஜையில்லாம?' என்ற சிணுங்கலோ இன்றி, இணக்கமாய் ஒன்றினாள்.

  மறுபடி மழையென

பலமுறை ஒத்திகை பார்த்திருந்த சிகாமணியினால் சுலபமாய் பேச முடிந்தது.

அத்தனையும் கணவனின் கை வளைவினுள் இருந்தபடியே குறுக்கிடாமல் கேட்டு முடித்தவள்,

"கிளம்பலாமா... எனக்கு பவியப் பாக்கணுங்க'

என்றாள் விசும்பலாய்.

* * * * *

விரியத் திறந்திருந்த தன் வீட்டின் வாசலில் நின்ற இரு பிள்ளைகளை ஒருகணம் நின்று கவனித்த வைபவி, மறுகணம் ஓடிப்போய் அவர்களைச் ஒருசேரக் கட்டிக்கொண்டாள்.

கதறலோ கண்ணீரோ அற்ற உணர்வு பெருக்கு அவளை மூழ்கடித்திருக்க, அதில் வீட்டினுள் நின்ற பிற உறவுகளும் வந்து சேர்ந்துகொண்டார்கள்.

"வாங்க மாமா... உங்களையும் அத்தையையும் இங்க, இப்படி பாக்கறது ரொம்ப சந்தோஷம்..." சித்ரா அத்தையின் அணைப்பினுள் இருந்தபடி, திணறலாய் வந்தவர்களை வரவேற்றாள்.

உள்ளறைக் கதவில் பாதியளவே தெரிந்த கோகிலா சித்தியை, "நல்லாயிருக்கீங்கல்ல சித்தி?" நலம் விசாரித்தாள்.

"இப்பதான் வந்தாங்க..." கோகிலா சொல்ல, மறு ஓரமாய் உட்கார்ந்து, குடும்பத்தின் நெகிழ்வான நேரத்தை ரசித்துக்கொண்டிருந்த டாக்டர் டேவிட்,

"நான்தான் இங்கே கூட்டிட்டு வந்தேன். மாப்பிள்ளை தன் உடம்பு தேறினது பற்றி சொன்ன தகவல் ஒரு 'மிராக்கிள்' போலிருந்தது. கடவுளின் கிருபையும், அவர் நியமித்த நேரமும் வர, சகலமும் நேராயிடும் போல. ஊரிலிருந்து கிளம்பிட்டு, 'வந்துட்டேயிருக்கோம்'னு எனக்குத் தகவல் சொன்னாங்க"- புன்னகைத்தார்.

அவரருகே சிறு சங்கோஜத்துடன் அமர்ந்திருந்த புது நபரின் மீது இவளது பார்வை பட,

"இவர் அருள்தாஸ் ஐயா, எனக்கு பிஸியோதெரப்பி பயிற்சி தர வந்து, சகலத்திலும் உதவினவர் - குடும்பத்துல ஒருத்தராயிட்டார்"- அறிமுகப்படுத்தினான் சிகாமணி.

இதுவரை காலியாய் கிடந்த அறை இப்போது நிரம்பியிருந்தது.

அதன் வெற்று அமைதி, பேச்சு - சிரிப்பின் கலகலப்பால், அழகாய் கலைந்து போயிருந்தது.

சமையலறையில் அப்பளம் பொரிபடும் வாசனை!

தோள், கைகளில் பாச ஸ்பரிசம்.

இதுவரை இவளை தவிக்கவிட்டிருந்த குழப்பமும் தவிப்பும் 'இடமில்லையே' என்ற ரீதியில் காணாமல் போயிருந்தன!

அமர விஸ்தாரமாய் சமைத்தவற்றை கோகிலா விசாரித்தபடி நின்று பரிமாறியது வைபவிக்கு கனவு போலிருக்க, மனம் லீனாவிற்கும் நன்றி சொன்னது.

தான் காரிலிருந்து இறங்கி ஓடியதில், தன்னைப் பின்தொடர்ந்த லீனா, பதட்டப்பட்ட ஏதுமில்லை என்பது புரிய, தேவைப்பட்ட உதவிக்காய் கரம் நீட்டியது எத்தனை இனிமை!

'வைபாவின் குடும்பத்தை சந்திப்பதில் ரொம்ப சந்தோஷம் - பக்கத்து வீடொன்னை காலி பண்ணிட்டால், நீங்க வசதியாய் தங்கிக்கலாம்' என்று லீனா சொல்ல, டாக்டர் டேவிட்,

'தாங்க்ஸ்ங்க... மாப்பிள்ளை சிகாமணிக்கு ஒரு செக் அப் தேவை. ஆக, இவருக்கு ஹாஸ்பிடலில் ஒரு ரூம் சொல்லிட்டேன். பக்கத்து ஹோட்டலில் மற்றவங்களுக்கு ரூம்ஸ் ரெடி - லஞ்ச் இங்க சாப்பிட்டதும் கிளம்பிடுவோம்' விளக்கினார்.

அண்ணன் மகளின் முகவாடலைக் கவனித்த சித்ரா,

'நான் இருந்துட்டு பிறகு வரேண்ணா' என்று சொல்ல, எதிலும் குறையில்லை.

அந்தப் பரபரப்பில் கிளம்பிய லீனாவிடம் பேசமுடியவில்லை. அவள் முகத்தில் ஒரு தவிப்பு தெரிந்ததும்.

மற்றவர்கள் கிளம்ப, பயண அலுப்பு தீர மாலை வரை உறங்கி எழுந்தனர் இரு பெண்களும்.

ஆவி பறந்த காஃபியை உறிஞ்சியபடி- "எப்படிடா பவி கண்டுபிடிச்சே - வாசல்ல நின்னது அருண், ஆர்த்தின்னு?" கேட்டாள்.

"பார்த்த பிள்ளைங்கதான அத்தை? இப்போ மூத்தவனில் அப்பா சாயல் தூக்கலாகியிருக்கு, ஆர்த்தி உங்களையே இல்ல உரிச்சிட்டு வந்திருக்கா!"

"நீ மாறியிருக்கடா... அம்சமாய்! தெளிவும் தோரணையுமாய்... ம்ம்?"

இளையவளின் தலையைச் சிறு பெருமூச்சுடன் நீவினாள் சித்ரா.

"நம்ப முடியலத்தை! நானும் பூம்பொழில் வர்றதாய் இருந்தேன். - ஆனா வர்ற வழியில் சூழ்நிலை மாற..."

"எல்லாம் நல்லதுக்குத்தான் - இல்லைன்னா நாங்க வந்து இங்க உக்கார, நீ பூம்பொழில் வீட்டுக் கதவைத் தட்டிட்டுருப்ப!"

"மாமா, ஓரளவு நடமாட முடிஞ்சது பெரிய நிம்மதி அத்தை."

"இதை அற்புதங்கறார் டாக்டரண்ணா" என்ற சித்ரா, சிகாமணியின் சமீப முன்னேற்றத்தை விவரிக்க, வைபவி அதனுடன் தன் ரணக்பூர் அனுபவத்தைக் கோர்த்தாள்.

"அடடா...! அந்தச் சாமியார் சொன்னது சரி - உம் மனசுல உன்னையுமறியாம தேங்கிக் கிடந்த வேதனையை நீ வெட்டி வடிச்சுவிட, அந்த மன்னிப்பில் நாங்க விடுதலையானது போலதான் தோணுதடா - சரிதானோ?"

புரியாத உன்னதங்களைப் பற்றி பேசினால் மட்டும் அவை புரிபடுமா என்ன? காலம் நடந்ததை சற்று தெளிவாக்கலாம் - அவ்வளவுதான்.

"நீ உதய்பூர் போனது. டேவிட் அண்ணாவிற்கே கொஞ்சம் அதிர்ச்சிதான் பவி- வேண்டாம்னு அவர்ட்ட பேசி முடிவு செய்தே போல? ஆனாலும் அங்கேருந்து அவருக்குப் படங்கள் அனுப்பினதில் நிம்மதியானாராம்."

"உங்க போனில் வாட்ஸ்-அப் வசதி இருந்தால் உங்களுக்கும் அனுப்பியிருப்பேன் அத்தை" என்ற வைபவி, தன் மொபைலில் பதிவாகியிருந்த படங்களை ஒவ்வொன்றாய் நகர்த்தி காட்டினாள்.

அதில் சிலவற்றை நிதானமாய் பார்த்த சித்ரா,

"அருமையான பையனாய் தோணுது" என்றாள்.

"ம்ம்…"

"நான் அனுபவ்வை சொன்னேன்."

முகம் சற்று சிவக்க, "தெரியுது அத்தை" தலையாட்டினாள் வைபவி.

"ராஜஸ்தானிலிருந்து கிளம்பும்போதே வினய் வாட்டமாய் தெரிஞ்சார்னே- விவரமேதும் தெரிஞ்சுதா?

உங்களைப் பார்த்த சந்தோஷத்துல மற்ற ஏதும் நினைவில்லை" - என்றபடி சித்ராவின் கைகளைத் தன் கன்னத்தோடு சேர்த்து அழுத்தினாள் இளையவள்.

"இனி நாங்க அப்படி விடமுடியாதுடா… எப்படியோ சமாளின்னு இதுவரை விட்டதே தப்பு."

"சித்தி இருந்தது பாதுகாப்புதான். ஒரு விதமான பலம் கூட."

"வசந்தன் உன் மேல் கவனம் வச்சிருந்தாலும், இது உனக்கு கல்யாணப் பருவம். நீச்சல் பழக தண்ணீர்ல பிள்ளைகளைத் தள்ளிவிடறது உண்டுன்னாலும், இது நெருப்பாறு - அந்தப் பாவம்தான் எங்களைச் சுட்டெடுத்திருச்சு."

"அதாரு அத்தை - வசந்தன்?"

"உன் பாதுகாப்பிற்காய் உன் மாமா ஏற்பாடு செய்தவர்" என சித்ரா விவரங்களைச் சொல்ல, வைபவிக்குப் புரிந்தது. ஆக, ஆங்காங்கே தான் பார்த்த, தன் பின்தொடர்வதாய் நினைத்த அந்த 'கண்ணாடி' நபர்தான் வசந்தனா?

நெஞ்சின் கனம் மேலும் குறைந்தது.

   மறுபடி மழையென

"வினய் சாரிடமிருந்து தகவலேதும்?"

"நான் அவரின் ஸ்டாம்ப் அத்தை. வியாபார விவரங்களை தவிர, வேறேதும் நான் எப்படி சொல்வார்னு எதிர்பார்க்க?"

"நல்ல மனுஷன்தான். இல்லைன்னா மாமனாரின் தயவு கிடைக்குமா... ஒருவேளை அந்தப் பெண் அவங்க பேரென்ன?"

"அவர்... மனைவியா? ரவீணா... ஆனா, அவங்க விவாகரத்து வாங்கியாச்சு."

"அந்த ரவீணா உடம்பும் மனசும் தேறினதால், மகளை மறுபடி வாழவைக்க பெரியவர் முயற்சிக்கிறாரோ?"

மருமகனை தன் மகளுக்காய் மீட்டுப் போகவா, வீட்டுப் பெரியவர்கள் விமான நிலையத்திற்கு வந்திருந்தது?

அதுதான் நோக்கமெனில் அவர்களில் அத்தனை சோர்வு ஏன்? அதுவரை வினய் தந்த சலுகைகளில் காட்டிய சிநேகத்திலிருந்து, திமிறி விலகிய வைபவின் மனம், பசித்த வாய்க்கு கிட்டிய உணவு தட்டிப்போன ஏமாற்றத்தில் திணறியது.

* * * * *

'**பா**னகத் துரும்பு' என்ற சன்ன அவஸ்தையை ஒரு மாதமாய் அனுபவிக்க நேர்ந்தது வைபவி.

ஒரு வாரம் சித்ரா அத்தையுடன் கழித்த நிறைவிலும் விலகவில்லை அந்த உறுத்தல்!

லீனாவிற்காய் தயாராகிக்கொண்டிருந்த ஓவியமும் பூர்த்தியாகி, அது அகற்றப்பட, அலுவல் வேலையும் சீராய் நடந்தது.

பாதி ஹாலை அடைத்திருந்த ஓவியம் இல்லாத வீடும், வினய், மிஸ்ரா வராத அலுவலகமும் சூன்யமாகி இருந்தன.

தாளமுடியாமல் லீனாவிடம் ஃபோனில் தொடர்புகொள்ள, கிடைத்த விவரம் பெரும் அதிர்ச்சிதான்.

"அனுபவின் அம்மா இறந்தாச்சு, வைபா."

"ஸாரி... அதாவது ஸாரின் மனைவி?"

"மாஜி மனைவி. தம்பதி விவாகத்தை ரத்து பண்ணிடலாம் - பெற்ற உறவுகளை வெட்டிக்க முடியாதில்லையா... அதான் அப்படி சொன்னேன்."

"எப்போ? நாம் உதய்பூரிலிருந்து திரும்பியபோதா?"

"அப்போ நிலமை மோசமாயிருந்து, இரண்டு நாளில் போயிட்டாங்க."

தன்னுள் படர்ந்த இருளில், வைபவிக்கு இழந்த இரு ஆண்களின் தவிப்பு புரிந்தது...

அவர்களை கைக்கொருவராய் பற்றி, தேற்றிவிட துடித்தாள் அவள்.

<hr>

அத்தியாயம் 25

தவிப்பிலும் இயலாமையிலும் நாட்கள் ஊர்ந்தன.

இனியும் பொறுக்க முடியாதென்ற நிலையில் லீனாவைத் தேடிபோய் நின்றாள் வைபவி.

"வா வைபா- உன் ஓவியம் எத்தனை கச்சிதமாய் என் ஹாலில் அமைஞ்சிருக்குது பார்... நானே உன்னைக் கூப்பிடணும்னு நினைச்சேன். ஆனா, நீ தேடி வருவேன்னும் ஒரு யூகம்."

"ம்ம்... லீனா நான் வினய்யை பார்க்கணும்!" சுற்றி வளைக்கவில்லை வைபவி.

'நிஜமாகவா?' என்பது போல மாறிய லீனாவின் முக உணர்வுகளை பிறகு பல முறை ஆராய்ந்தும், விளங்கத்தானில்லை. தன்னை இங்கே வரவழைக்கத்தானா இந்தக் கண்ணாமூச்சி ஆட்டம்?

பிள்ளைகளின் கவனத்தை அதிகப்படுத்தும் இந்த விளையாட்டு, பிறகு பருவ வயதில் ஆபத்தில்லையா?

ஆனால், இனியும் வினய், அனுபவ்வை பாராமல், அவர்களின் இழப்பில் பங்குபெறாமல் காலம் தள்ளுவது சரியில்லை.

இவன் துயரம் உணர்ந்து கோகிலா சித்தி கூட ஒரு மாதமாய் வெகு அனுசரணைதான்.

தினம் இருவேளை சித்ரா அத்தை கூப்பிட்டு பேசுவதும் கூட இவளுள் விரிந்துகொண்டே போகும் வெறுமையை மூட முடியவில்லை.

வினய்யின் விலாசத்தைத் தந்த லீனா,

'நாளை சாயங்காலம் நீ வர்றதாய் சொல்லிடறேன் வைபா?' என்றாள்.

கழிந்த அந்த ஒரு நாள் நரகந்தான்!

* * * * *

மறுநாள், நகரின் ஒதுங்கலான பகுதியில் நாகரிகமாய் அணிவகுத்திருந்த அந்த 'வில்லா'வைத் தேடி பிடித்தபோது, ஒரு பக்க புத்தி-

'வேண்டாம் – ஓடிவிடு' என, மறுபக்கமோ,

'துக்கம் கேட்கத்தானே வந்திருப்பது - இதிலென்ன தப்பு?' என்றது இயல்பாய்.

சின்ன புல் சதுரங்களுக்குப் பின், பய்யமாய் நின்ற வீட்டின் அழைப்பு மணியை ஒலிக்கவிட்டு மறுபடி அல்லாட்டத்துடன் நின்ற சில நொடிகளில், கதவு திறந்தது.

அதற்கு பின்னே நின்றவனை வேற்றூர் போய் திரும்பும் எஜமானை விழியில் நிரப்பும் நாய்க்குட்டியின் பரவசத்துடன் தான் பார்ப்பது புரிய, குனிந்துகொண்டாள் வைபவி.

ஒரு யுகமெல்லாம் கழியவில்லை... ஓரே மாதம்.

ஆனால், அது வினய்யின் வாழ்வில் கடும் திருப்பத்தை கொண்டுவந்தது போல், தன்னுள்ளும் பெரிய மாற்றம் நேர்ந்திருக்கிறது.

வினய் 'வா' எனவில்லை-

துக்க விசாரிப்பின் சம்பிரதாயமா?

ஆனால், அவன் முகத்தில் துயரத்தைவிட தேடல் இருந்ததோ...?

"ஸாரி ஸார்... வந்து... வீட்டில் அனுபவ் இல்லையா?"

"இல்ல வைபா – உட்காரேன்" என்றுவிட்டு வீட்டினுள் போனவன், மறுகணம் மரத்தட்டில் பழரசத்துடன் வந்தான் - தயாராய் இருந்திருக்கும் போல.

குறு மேஜையில் வைக்கப்பட்ட நெடிய கண்ணாடி குவளையினருகே இருந்த பொருளை திகைப்பாய் பார்த்தாள்!

                           மறுபடி மழையென

"நீண்ட ட்ரைவ் இல்லையா? குடிச்சுட்டு, அதைப் பிரிச்சு பார், வைபா."

"இது... உங்க பர்ஸ்..."

"யெஸ்"

'எனக்குத் தெரியும்' என்ற அழுத்தத்துடன் சொன்னான்.

மறுக்காமல் அவன் சொன்னதைச் செய்ய, கையில் அந்த பர்ஸ் அதிக கனமின்றி இருந்தது.

இந்நாட்களில் செலவுக்கு சில கார்டுகள் போதுமே.

தயக்கமாய் பிரித்தவளின் கண்களில் அப்படம் பளிச்சிட்டது.

அதை அருகே கொண்டுவந்தவள், கண்களை சுருக்கியும் பார்த்து நிச்சயப்படுத்தினாள்.

அது தான்தான்!

சித்ரா அத்தை பாராட்டியது போல 'அம்சமாய்' மாறுவதற்கு முன்பிருந்த தோற்றத்தில்!

கருநீலத்தில் இளநீல கரையிட்ட தன் தாயின் எளிய அப்பட்டுப் புடவையை அவள் உடுத்தியது ஒரே தரம்தான்-

ஏற்காடு பள்ளியில் நடந்த ஓவியப் போட்டியின்போது! இந்தப் படம் எப்படி இவர் பர்ஸினுள்?

"நீ என்னைக் கொண்டு சேர்த்த டாக்டரின் வைஃப் (wife) மூலம் இது எனக்குக் கிடைத்தது. என்னை மீட்ட தேவதையைப் பற்றி வேறெந்த தகவலும் எனக்கில்லையே..."

ஆக அந்த மழையிரவில் தான் தூக்கி சென்றது வினய்யைத்தானா?

"முதல் தரம் உன்னை இழந்தது போல மறுபடியும் உன்னைத் தொலைச்சுடக் கூடாதென்ற பதற்றத்தில் நான் செய்த தப்பு அது வைபா-ஸாரி..."

இவள் திகைத்திருக்க,

"சேகரை சஞ்சித்தின் ஐடியா மூலம் உன் பீச்-வீட்டிற்கு அனுப்பி, மிரட்டி உன்னை அங்கிருந்து கிளப்பியது - உன்னை என் பாதுகாப்பில் வச்சிருக்கணும் என்ற பரிதவிப்புதான் அது."

கேட்காமலே கிடைத்த வேலையும் வீடும் அவள் முன் ஆடின!

"ஆயிரம் நாட்களுக்கு மேலாய் உனக்காய் காத்திருந்தேன்வைபா - அதற்குத் தோதாய்தான் இந்த ஓவியங்களுக்கான கடையை நான் கட்டினது கூட."

ஒரு சாதாரண மனிதாபிமானச் செயல் இவனை ஏன் இந்தளவு ஆட்டி ஆட்சி செய்ய வேணும்?

"ரவீணா- என் மனைவியாகக் கெஞ்சினபோது என்னால் முறுக்க முடியலை. அப்போது காதல் பற்றிய புரிதலே எனக்கில்லைனு தோணுது. இணைந்த எங்க வாழ்வில் அனுபவ் வர, பிறகு அவளுக்கு எங்களை வேண்டியிருக்கலை வெறுத்தாள் கூட.

அந்த நிராகரிப்பில் சலித்து, தாம்பத்திய போராட்டத்தில் தோற்று, நான் வாழ்வை வெறுத்திருந்தவேளை, குடித்து விபத்தான நேரத்தில்... என் உயிர் துளித் துளியாய் என்னிடமிருந்து வடிந்துகொண்டிருந்த சந்தர்ப்பத்தில், தேவதையாய் வந்தாய் நீ! அடிபட்டு, மழையில் விறைத்த என்னிடமிருந்தும் யாரோ என் பொருள்களைத் திருடியிருந்தாங்க. என் நம்பிக்கை முழுக்க நொறுக்கியிருந்தது. வெறுப்பின் வெக்கையில் கிடந்த என்னை- என் உயிரை மட்டும் சொல்லலை வைபா- என் நம்பிக்கையை நீ மீட்டெடுத்தே."

நன்றியும் நேசமுமாய் பளபளத்த அவன் முகத்தையே பார்த்திருந்தாள்.

"அறிமுகமற்ற ஒரு மனிதனை நீ காப்பாற்ற தவித்திருக்கிறாய் - உன் தீவிரம், தைரியம், அந்த டாக்ஸி ட்ரைவரை உதவியில் சேர்த்துகொண்ட விவேகம், டாக்டரிடம் உன் அணுகுமுறை எல்லாம் எனக்கு ஆச்சரியம்!"

வைபவிக்கு இது அதிகப்படியாய் தெரிந்தாலும், பேசியவன் முகத்திலிருந்து முழு உண்மை என்பதும் புரிந்தது.

   மறுபடி மழையென

"டாக்டரின் மனைவி தந்த உன் போன் நம்பரைக் கொண்டு உன்னை ட்ரேஸ் (Trace) செய்திருக்கலாம். அவங்க உன்னை தொடர்புகொள்ள முடியலை."

"என் போன் தொலைஞ்சிருந்தது. அவங்களுக்கும் என்னால் நன்றி சொல்ல முடியலை." மெல்ல பேசினாள்.

"என் உடம்பு தேற நாளாச்சு. பிறகு குடும்பத்தில் மற்ற பிரச்சனைகள். இடையே நான் ஏற்காடு டாக்டரை அழைத்துப் பேசினதுண்டு.

'என்ன ஸர்-உங்க நல்ல சமாரியளை கண்டுபிடிச்சாச்சான்னு' சிரிப்பார்.

அது பைபிளில் வரும் ஒரு சம்பவம் என்றறிவாள். மற்றவர்கள் கண்டு ஒதுங்கிப்போன, அடிப்பட்டு குற்றுயிராய் கிடந்தவனை சம்பந்தமில்லாத சமாரியன் காப்பாற்றி, காயங்கட்டி, பாதுகாப்பான இடத்தில் சேர்த்து- அதற்கான செலவிற்குப் பணமும் செலுத்துவதாய் நினைவு.

"அதேபோல பர்ஸே இல்லாத எனக்காய் நீ பணம் கூட தருவதாய் டாக்டரிடம் சொன்னாயாம்! எதையும் முழுமையாய் செய்யும் பெண் என்று என்னோடு டாக்டருமே உன்னை சிலாகித்தார், வைபா."

"ஆக, எந்தக் காலத்திலேயும்-அதாவது பைபிளில் உள்ளது போல இரண்டாயிரம் வருஷம் முன்னே கூட உதவத் தயாராய் ஆட்களுண்டு, நானில்லைன்னால் உங்களை வேறு யாரோ காப்பாற்றியிருப்பாங்க."

முணங்கலாத்தான் அவளால் பேச முடிந்தது.

"நான் தற்கொலை பண்ணிடுவேன்னு மிரட்டிய பெண்ணைக் காப்பாற்றுவதாய் நினைத்து நடந்தது என் கல்யாணம் - ஆனால் அனுபவ்... அதில் எனக்குப் பொக்கிஷமாய் கிடைச்சான்."

பேசியபடி வினய் எழ, இவளும் எழுந்தாள்.

"பெரிய காயமாய்த்தான் இருந்திருக்கணும் இன்னும் வடு...?"

அவள் பார்வை அவன் நெற்றிக்கு உயர, வினய் சற்று நெருங்கினான். இவள் எதிர்பார்த்தது போல, அவன் தன் நெற்றிப்புற முடியை விலக்காததில், இவள் மெல்ல அதை உயர்த்தினாள்.

அவன் மூச்சை உள்ளிழுத்த வேகத்தில் இவள் தன் விரல்களைப் பின்னிழுத்துக் கொண்டாள்.

"பிறகு டாக்டரின் மனைவி மூலம், ஓவியப் போட்டியில் எடுத்த சில படங்களிலிருந்து, இதை எடுத்துகிட்டேன். 'இந்த தேவதையை மறுபடி பார்க்கணும்' என்பதுதான் என் தினசரி வேண்டுதல். மழையில் விறைத்த என்னை உன் நெஞ்சோடு அணைத்த அன்பு வெப்பம், வேகமாய் துடைத்த உன் பரிவு... விடாமல் என் தலையை நீவியபடி நீ சொன்ன தைரியம்..."

தான் இயல்பாய் செய்தவை இவனுள் இத்தனையாகவா பதிந்துவிட்டது?

"ஒரு அந்நிய ஆண் என்ற கூச்சமின்றி என்னை இறுக அணைத்திருந்தாய் வைபா. யாரோ ஒருவனின் உயிருக்காய் உன் இதயம் தவிப்பாய் துடித்தது... அந்தக் கருணைதான் என்னை மீட்டது... இல்லைன்னா அனுபவ் இப்போ முழு அநாதையாகி இருப்பான்."

அவன் கண்கள் இவளது மோவாயை வருடின.

"மெழுகாய் நான் உருகின நிலையில் என்னில் பதிந்தது இந்த மருவும், பிறகு என்னை நீ சுமக்க உதவியபோது உன் உயரமும்தான்."

தான் உயர நிலையிலிருந்த அவனை அண்ணாந்து பார்த்திருப்பதாய் இவளிருக்க, அவனும் தன்னை மிக உயர்ந்த ஸ்தானத்தில் அல்லவா வைத்திருக்கிறான்...

உள்ளம் நெகிழ்ந்திருக்க, உடலில் சன்னமாய் ஒரு நடுக்கம்.

உணர்வின் பெருக்கம் அவனை ஆட்ட ஆரம்பித்திருந்தது.

"எதிர்பாராமல் உன்னைப் பார்த்துவிடும் எதிர்பார்ப்புடன் என் ஒவ்வொரு நாளும் விடிந்து வைபா. எனக்காய் பரிதவிப்புடன்

　　　மறுபடி மழையென

துடித்த இதயத்தை, 'பிழைத்து விடு' என்ற ஆதுரத்துடன் என் தலையை நீவிய உன் விரல்களைப் பற்றி நன்றி சொல்லும் ஆவல்! உன்னைக் கொண்டாடும் தீவிரம்-

ஆனால் நம்ப கடையில் உன்னைப் பார்த்துட்டு மிஸ்ரா ஸாரிடம் நான் ஓடிப்போய் உன்னைப் பற்றி விசாரிக்க, அவருக்கு ஆச்சரியம்."

"அது உன்னைக் காப்பாற்றிய பெண்ணா? இப்போ நீ அவளுக்கு உதவும் நிலையில் இருக்கிறாளே? இந்த வாடிய நேரத்தில் நேரடியாய் நாம் உதவவும் முடியாது. அது அவளது சுயமரியாதையைச் சீண்டறது போலாயிடும்னார்."

அதை அவளுக்கு மறுக்கத் தோன்றவில்லை.

"சந்துருவிடம் என்னை மீட்ட தேவதையைப் பற்றி சொல்ல, அவனுக்கு அதெல்லாம் பிரமையோன்ற சந்தேகம்! ஆனால் உன்னைப் பார்த்த சில நாட்களில், சந்துரு- லீனாவிடம் உன்னைப்பற்றி பேசிய போதுதான் எனக்கே புரிஞ்சுது. நான் உன்னை விரும்பறேன் என்பது. உன்னை என் ராணியாக்கும் ஆசையோடு பயமும் இருந்தது வைபா..."

இருவருக்கும் பெரும் நிம்மதி வந்திருந்தாலும், அத்தனை கேள்விகளையும் தீர்த்துவிடும் பொறுமையும் இருந்தது.

"விவாகரத்தான ஒருவனை, ஒன்பது வயதுப் பிள்ளையோடு நீ ஏற்றுக்குவாயான்னு... அந்த என் எதிர்பார்ப்பு நேர்மையானதாய் தோன்றலை. ஆனாலும் உன் நாட்களை சுலபமாக்க முயன்றேன்."

எல்லாம் தெரிந்த லீனா, தன்னிடம் சொன்ன குறிப்புகள் நினைவிலாடின - மாலத்தீவின் நீர்த்தொட்டி உட்பட!

"வெளியூர் ட்ரிப், வைபா உங்களைப் புரிஞ்சுக்க உதவும்னு, லீனா போட்ட திட்டம்தான் ராஜஸ்தான் ட்ரிப்"

இனியும் தாளமுடியாதது போல, நெருங்கியவள் உரிமையாய் அவன் நெற்றியின் முடி விலக்கி, தட்டுப்பட்ட வடுவை நீவினாள்.

அதுவரை கட்டி வைத்திருந்த தாபம் விடுபட்ட வேகத்தில் அவளை இறுக்கிக்கொண்டான் வினய்.

அவன் தோளில் வாகாய் சரிந்த அவளது உச்சந்தலையில் ஓயாமல் முத்தமிட்டான்.

"முன்னமே சொல்லியிருக்கலாம்" மிருதுவாய் சொன்னாள்.

"எனக்கே புரியாத உணர்வை, உனக்கெப்படி புரியவைக்க?"

அதைவிட மென்மையாய் புலம்பினான்.

"அத்தனை சொல்லியும் குறிப்பு தந்தும் நீ என்னை அடையாளம் தெரிஞ்சுக்கலையே?"

"ஒருத்தர் கண்டுபிடிச்சாலும் போதுமே" என்றவள், தன் முகத்தை நிமிர்த்த, முத்தங்களுக்கான இடம் மாறியது விழிகள் மூடி கிறங்கினர்.

"குழைந்த சேறாய்

நெகிழ்ந்த நெஞ்சம்

நிலமெனக் காத்திருக்கிறேன்

வராமலா போய்விடுவாய்

மறுபடி மழையென...'

அவன் இதயத்துடிப்பின் லயத்துடன் கேட்ட கவிதை, அவளை கரைத்தது.

"அழகு... அர்த்தமுள்ள வரிகள்." முத்தங்கள் ஏற்றிய போதையில் பாராட்டினாள்.

"என்னுடையதில்லை... கவிதா குமரன் என்பவரது. ஆனால் எனக்கான நம்பிக்கையைத் தந்தது."

வெளியேயிருந்து மண்வாசனை கிளம்பி அவர்களை இழுத்தது.

படபடவென்று விழுந்த துளிகளில் அவர்களது அணைப்பு இறுகியது.

  மறுபடி மழையென

"அனுபவிற்கு இதெல்லாம்...?"

"சமீபமாய்தான் சொன்னேன். கொஞ்ச நேரத்தில் லீனாவோடு வருவான்."

"நான் அதிர்ஷ்டசாலி வினய்... நம்மை சேர்க்க, துளிர்க்க செய்ய மறுபடி மழை வந்திருக்கு பாருங்க!" மழையை ரசித்தபடி நின்றிருந்தார்கள்...

பகல் மழை தந்த வானவில்லையும்!

—❦—

www.ingramcontent.com/pod-product-compliance
Lightning Source LLC
Chambersburg PA
CBHW031440150726

47990CB00013B/2126